단어를 직접 써 보며 외우면~ 기억에 착! 실력도 착착!

착! 붙는
베트남어
단어장

저 김연진

시사 Books

베트남에서 살다가 한국으로 귀국 후 가장 처음 했던 일은 바로 '베트남어 강의'입니다. 베트남에서 수많은 통·번역을 했지만 베트남어 강의에 매료되어 지금까지 많은 학생들에게 베트남어와 베트남 문화를 알리고 있습니다.

강의를 하면서 많은 학생들이 공통적으로 질문하는 몇 가지가 있습니다.

1. 베트남어 공부를 어떻게 해야 효율적인가요?

2. 베트남어가 너무 빨라서 안 들리는데 어떻게 해야 하나요?

3. 회화에서 가장 중요한 것은 무엇인가요?

등 새롭고 낯선 언어에 대한 공부 방법 및 힘든 점을 이렇게 물어보곤 합니다.

제가 위와 같은 질문을 받을 때면,

"베트남어 공부는 정확한 단어 학습 및 그 양으로 승부합니다. 단어를 열심히 암기하세요. 단어를 알아야 듣고 말하기가 됩니다."

라고 합니다.

베트남어 학습에 어려움을 겪고 있는 학습자들을 위하여 〈착! 붙는 베트남어 단어장〉을 만들게 되었습니다. 초·중급 수준의 학습자가 일상생활에서 꼭 필요한 어휘와 현지 대학 입학 준비생이 알아야 하는 어휘, 그리고 ABC 베트남어 능력시험 B급 및 OPI IM 수준의 어휘 1,200여 개, 실생활에서 유용한 예문과 학습 내용을 확인할 수 있는 연습문제로 구성하였습니다. 이 책이 베트남어 학습을 하는 데 유용한 발판이 되어 베트남어를 공부하는 모든 분들께 도움이 되길 바랍니다.

저자 김연진

목차

머리말 3

이 책의 사용법 6

Ⅰ 기본 단어

1. 인칭 표현 10   2. 국가 및 언어 17   3. 직업 24

4. 장소 30   5. 숫자 37   6. 형용사 44

Ⅱ 사람

1. 신체 56   2. 집 61   3. 건강 69

4. 감정 / 성격 77   5. 행동 84

Ⅲ 일상

1. 시간 102   2. 취미 111   3. 학습 118

4. 색깔 125   5. 사물 129

Ⅳ 자연

1. 날씨 138   2. 동물 144   3. 자연 152

Ⅴ 여행

1. 교통 및 위치 158   2. 관광 165   3. 쇼핑 / 패션 171
4. 음식 179

Ⅵ 사회

1. 정치 194   2. 사회 198   3. 문제 해결 204

Ⅶ 업무

1. 직무 관련 용어 210   2. 경제 217   3. 기술 222

부록   문법 표현 226

　　　　의문사 & 대답 227

　　　　접속사, 부사 231

색인 234

기본기를 다지는 데 필요한 엄선된 단어

본 교재로 ABC 베트남어능력시험 B급과 OPI IM 수준의 단어를 학습할 수 있습니다. 단순히 알파벳 순으로 나열한 것이 아니라 테마별로 단어를 정리하여 효율적으로 단어 공부를 할 수 있도록 하였습니다. 각 단어마다 유용한 예문을 구성하여 실제적인 활용에 도움을 줍니다. 또한 북부와 남부의 단어를 구분 지어 알아야 하는 단어는 추가적으로 표시하였습니다.

셀프 점검 & 실전 연습

단어 앞의 □ 박스에 체크하면서 외운 단어를 점검해 볼 수 있습니다. 단어를 직접 써 보면서 학습하면 단어를 좀 더 확실하게 익힐 수 있습니다. 그리고 소주제마다 '연습 문제'를 실어 학습한 내용을 스스로 점검해 볼 수 있도록 하였습니다.

∷ 부록

부록에는 베트남어를 학습하는 데 있어
필요한 기본적 문법 사항을 추가로 정리
하였습니다. 부록 자료를 통해 베트남어
학습의 기초를 탄탄하게 다져 보세요.

∷ MP3 파일

원어민이 들려주는 발음을 통해 확실하게 단어를 익힐 수 있습니다. 발음 연
습을 하면서 청취 실력도 충분히 향상시킬 수 있습니다. 시사북스 홈페이지
(www.sisabooks.com) 자료실 또는 표지에 있는 QR코드 스캔을 통해 자료
를 무료로 이용하실 수 있습니다.

I

기본 단어

☐ tôi	Tôi là người Hàn Quốc. **저**는 한국 사람입니다. 참고 tôi는 상대방과의 관계가 형성되지 않았을 때나 책, 서신 등에 주로 쓴다.	나
☐ tớ	Tớ thích Việt Nam. **나**는 베트남을 좋아한다. 참고 tớ는 친구 사이에서 쓴다.	나
☐ mình	Điện thoại này là của mình. 이 핸드폰은 **제** 것입니다. 참고 mình는 상대방과 매우 친밀한 관계에서 쓰거나 소 유격으로도 쓴다.	나(자신)
☐ em	Em muốn đi du lịch ở Việt Nam. **저**는 베트남으로 여행 가고 싶어요.	손아랫사람 (남녀 구분 없음), 나(스스로를 낮게 칭함)
☐ ông	Ông đang làm gì? **할아버지** 뭐 하세요?	할아버지
☐ bà	Bà sẽ đi đâu? **할머니** 어디 가세요?	할머니
☐ anh	Anh là nhân viên tiếp thị phải không? **당신**은 마케팅 직원이 맞습니까?	(나보다 나이가 많은) 남자
☐ chị	Chị tên là gì? **당신**은 이름이 무엇입니까?	(나보다 나이가 많은) 여자

□ cô	Cô là giáo viên tiếng Việt phải không?	여자(아가씨,
	당신은 베트남어 선생님이 맞습니까?	아줌마, 고모,
	참고 cô giáo 여자 선생님	숙모 등)

□ anh ấy	Anh ấy là giám đốc.	그 남자
	그 남자는 사장님입니다.	

□ chị ấy	Chị ấy trông trẻ.	그 여자
	그녀는 젊어 보입니다.	

□ em ấy	Em ấy là sinh viên năm thứ nhất.	그 사람
	그 사람은 대학교 1학년입니다.	(나보다 어린
		사람-남녀
		구분 없음)

□ thầy giáo	Thầy ấy dạy môn lịch sử.	남자 선생님
	그 남자 선생님은 역사를 가르칩니다.	
	참고 thầy giáo에서 giáo는 생략 가능	

□ cháu	Cháu mấy tuổi?	조카, 손녀,
	너는 몇 살이니?	어린 아이

□ con	Tôi có 2 con.	자녀,
	저는 두 명의 자녀가 있습니다.	어린 아이

□ cậu	Cậu đang ở đâu?	너
	너 지금 어디야?	

□ bác	Bác ơi, chạy nhanh hơn được không?	아저씨,
	아저씨, 좀 더 빨리 달려 주실 수 있어요?	아줌마,
		큰아버지

□ chú	Chú thích cái gì? **삼촌**은 무엇을 좋아하세요?	삼촌, 작은아버지, 아저씨
□ bạn	Số điện thoại của bạn là gì? **너**의 전화번호가 뭐니?	친구끼리 사용하는 인칭 표현
□ bố	Bố của anh đẹp trai. 당신의 **아버지**는 잘생기셨습니다. 동 ba, cha	아버지
□ má	Sở thích của má tôi là nấu ăn. 저희 **어머니** 취미는 요리입니다. 동 mẹ	어머니
□ chồng	Chồng tôi rất lười. 제 **남편**은 게을러요.	남편
□ vợ	Vợ tôi rất chăm. 제 **부인**은 부지런해요.	부인
□ vợ chồng	Vợ chồng tôi rất thích uống bia. 우리 **부부**는 맥주 마시는 것을 좋아해요.	부부
□ anh chị em	Em có mấy anh chị em? 너는 **형제자매**가 몇 명이니?	형제자매
□ em bé	Em bé này mấy tháng rồi? 이 **아기**는 몇 개월 됐니?	아기

☐ anh trai	Anh trai tôi rất cao. 우리 **오빠**는 키가 커요.	오빠
☐ em trai	Em trai tôi thấp. 내 **남동생**은 키가 작아.	남동생
☐ em gái	Em gái tôi thích mua sắm. 내 **여동생**은 쇼핑을 좋아해요.	여동생
☐ chị gái	Chị gái tôi chưa kết hôn. 우리 **언니**는 아직 결혼을 안 했어요.	언니
☐ con trai	Con trai tôi là bác sĩ. 제 **아들**은 의사입니다.	아들
☐ con gái	Con gái tôi rất hiền. 제 **딸**은 착해요.	딸
☐ con trai cả	Con trai cả được 30 tuổi rồi. **큰아들**은 이제 막 30살이 되었어요.	큰아들
☐ con gái cả	Con gái cả đang học ở Mỹ. **큰딸**은 미국에서 공부하고 있어요.	큰딸
☐ con trai út	Con trai út là bộ đội. **막내아들**은 군인이에요.	막내아들
☐ con gái út	Con gái út nói tiếng Việt rất giỏi. **막내딸**은 베트남어를 굉장히 잘해요.	막내딸

☐ mẹ chồng	Mẹ chồng đã gọi điện thoại đến rồi. **시어머니**께 전화가 왔었어요.	시어머니
☐ bố chồng	Bố chồng tôi rất tốt bụng. 저희 **시아버지**는 마음씨가 매우 좋으세요.	시아버지
☐ mẹ vợ	Mẹ vợ tôi rất sợ. **장모**님은 무서워요.	장모
☐ bố vợ	Bố vợ cũng sợ lắm. **장인어른** 역시 무서워요.	장인어른
☐ bạn trai	Bạn trai rất đẹp trai. **남자 친구**는 매우 잘생겼어요.	남자 친구
☐ bạn gái	Bạn gái tôi rất dễ thương. 내 **여자 친구**는 매우 귀여워요.	여자 친구
☐ người yêu	Tôi sẽ đi chơi với người yêu. 저는 **애인**과 놀러 갈 거예요.	애인
☐ chúng ta	Chúng ta đi nhậu nhé. **우리** 한잔하러 가자.	우리(청자 포함)
☐ chúng tôi	Chúng tôi muốn đi về nhà. **저희**는 집에 가고 싶어요.	우리(청자 불포함)
☐ gia đình	Gia đình của tôi là 4 người. 나의 **가족**은 4명입니다.	가족

베트남어에서 인칭 표현은 매우 중요한 부분입니다. '나'에게 쓰는 표현, '상대방'에게 쓰는 표현이 다 다르기 때문이죠. 예를 들어 남자에게 쓰는 표현, 여자에게 쓰는 표현이 다르고 나이가 많고 적음에 따라서도 달라집니다.

실전 대화로
연습해 봅시다!

상황 서로의 나이나 직급을 전혀 모르고 이름을 물어보는 상황

Mai(여) : **Anh tên là gì?**   당신의 이름은 무엇입니까?

Duy(남) : **Em tên là Duy. Còn chị tên là gì?**
제 이름은 주이입니다. 그러면 당신의 이름은 무엇입니까?

Mai(여) : **Em tên là Mai.**   제 이름은 마이입니다.

• **여자 입장** : 여자는 상대방 남자가 몇 살인지 모르기 때문에 직급이나 나이가 많은 남성 표현인 'anh'을 사용합니다.

• **남자 입장** : 남자는 상대방 여자가 몇 살인지 모르기 때문에 본인 스스로를 'em'이라고 낮춰 부르고, 상대방에게 다시 질문할 때는 여자에게 높여 쓰는 'chị'라는 주어를 사용합니다.

1 다음 빈칸에 알맞은 인칭 표현을 쓰세요.

> **상황**
>
> • 여자 - 30살   • 남자 - 35살

Mai(여) : (   ) tên là gì?

Duy(남) : (   ) tên là Duy. Còn (   ) tên là gì?

Mai(여) : (   ) tên là Mai.

2 보기 와 관련된 단어를 고르세요.

> **보기**
>
> mẹ / ba / con trai / con gái / ông / bà

① người yêu   ② gia đình   ③ các bạn   ④ chúng ta

3 '나'에 해당하는 단어를 모두 고르세요.

① mình   ② tôi   ③ tớ   ④ vợ

4 '아버지'에 해당하는 단어를 모두 고르세요.

① mẹ   ② má   ③ bố   ④ ba

---

1 Anh / Anh(상대방을 처음 만났다는 가정이라면 Tôi/Em도 정답) / chị / Em

2 ②   **3** ①, ②, ③   **4** ③, ④

16

| ☐ quốc gia | Tôi học ở đại học quốc gia Hà Nội. | 국가 |
| | 저는 하노이 **국가** 대학교에서 공부합니다. | |

| ☐ nước | Anh là người nước nào? | 나라 |
| | 당신은 어느 **나라** 사람입니까? | |

| ☐ ngôn ngữ | Em thấy học ngôn ngữ rất khó. | 언어 |
| | 제가 느끼기에 **언어** 공부는 어렵습니다. | |

| ☐ Việt Nam | Tôi muốn đi Việt Nam. | 베트남 |
| | 저는 **베트남**에 가고 싶어요. | |

| ☐ Hàn Quốc | Anh là người Hàn Quốc phải không? | 한국 |
| | 당신은 **한국** 사람이 맞습니까? | |

| ☐ Trung Quốc | Anh làm gì ở Trung Quốc? | 중국 |
| | 당신은 **중국**에서 무엇을 합니까? | |

| ☐ Nhật Bản | Từ Nhật Bản đến Hàn Quốc mất khoảng 2 tiếng bằng máy bay. | 일본 |
| | **일본**에서부터 한국까지 비행기로 약 2시간 정도 걸립니다. | |

| ☐ Inđônêsia | Chị đã đi Inđônêsia bao giờ chưa? | 인도네시아 |
| | **인도네시아**를 가 본 적이 있습니까? | |

| ☐ Ấn độ | Anh thấy món ăn Ấn độ thế nào? | 인도 |
| | **인도** 음식은 어때요? | |

☐ Malaysia	Malaysia cực kỳ nóng. **말레이시아**는 굉장히 더워요.	말레이시아
☐ Thái Lan	Bạn sống ở Thái Lan được bao lâu rồi? **태국**에서 몇 년 살았어요?	태국
☐ Đài Loan	Tôi đã mua sắm ở Đài Loan. **대만**에서 쇼핑했어요.	대만
☐ Hồng Kông	Ở Hồng Kông có nhiều loại món ăn. **홍콩**에는 많은 종류의 음식이 있어요.	홍콩
☐ Lào	Ở Lào có nơi nào nổi tiếng? **라오스**에서 유명한 곳이 어디죠?	라오스
☐ Campuchia	Campuchia và Việt Nam có nhiều điểm giống nhau. **캄보디아**와 베트남은 비슷한 것 같아요.	캄보디아
☐ Bắc Triều Tiên	Bắc Triều Tiên là một nước nguy hiểm hả? **북한**은 위험한 나라입니까?	북한
☐ Philippine	Xoài Philippine rất ngon. **필리핀** 망고가 맛있어요.	필리핀
☐ Mỹ	Người Mỹ rất thân thiện với người nước ngoài. **미국** 사람들은 외국인에게 굉장히 친절해요.	미국

☐ Anh

Thời tiết nước Anh thế nào?

영국 날씨는 어때요?

영국

☐ Úc

Tôi định đi du lịch ở Úc.

호주로 여행을 가기로 결정했어요.

호주

☐ Pháp

Hình như Pháp rất đẹp nhỉ.

프랑스는 아름다운 나라죠?

프랑스

☐ Canada

Canada rất lạnh.

캐나다는 추워요.

캐나다

☐ Đức

Tôi muốn uống bia Đức.

독일 맥주를 마셔 보고 싶어요.

독일

☐ Tây Ban Nha

Con trai Tây Ban Nha rất đẹp trai.

스페인 남자들은 잘생겼어요.

스페인

☐ Nga

Từ Hàn Quốc đến Nga mất bao lâu?

한국에서 **러시아**까지 얼마나 걸려요?

러시아

☐ Thụy Sỹ

Thụy Sỹ là một quốc gia hạnh phúc nhất trên thế giới.

스위스는 세계에서 가장 행복한 나라입니다.

스위스

☐ Thổ Nhĩ Kỳ

Nghỉ hè này tôi sẽ đi du lịch ở Thổ Nhĩ Kỳ.

이번 여름 방학에 **터키**로 여행을 갈 거예요.

터키

| □ Ý | Nghe nói mì Ý rất ngon. | 이탈리아 |
| | **이탈리아** 파스타가 맛있다고 들었어요. | |

| □ Brazin | Brazin rất nóng. | 브라질 |
| | **브라질**은 매우 더워요. | |

| □ Mêxicô | Cái này nhập khẩu từ Mêxicô. | 멕시코 |
| | 이것은 **멕시코**에서 수입해 왔어요. | |

| □ Ả Rập | Tài nguyên thiên nhiên nổi tiếng của Ả Rập là dầu mỏ. | 아랍 |
| | **아랍**에서 유명한 천연자원은 석유입니다. | |

| □ tiếng Việt | Tôi muốn học tiếng Việt. | 베트남어 |
| | 저는 **베트남어**를 배우고 싶어요. | |

| □ tiếng Hàn (Quốc) | Anh có thể nói được tiếng Hàn Quốc không? | 한국어 |
| | **한국어**를 할 수 있습니까? | |

| □ tiếng Anh | Chị học tiếng Anh được bao lâu rồi? | 영어 |
| | **영어**를 공부하신 지 얼마나 되셨나요? | |

| □ tiếng Trung (Quốc) | Trong tiếng Trung Quốc có bốn thanh dấu. | 중국어 |
| | **중국어**는 4성조가 있습니다. | |

| □ người Việt (Nam) | Người Việt Nam hiền và hay cười. | 베트남 사람 |
| | **베트남 사람**은 웃음이 많고 착해요. | |

☐ người Hàn (Quốc)	Người Hàn Quốc hơi nóng tính. 한국 사람은 다소 급해요.	한국 사람
☐ Đông Nam Á	Hoa quả của Đông Nam Á rất ngon. 동남아 과일은 맛있어요.	동남아
☐ Châu Á	Ở Châu Á, anh đã đi du lịch nước nào rồi? 아시아 중에서 어느 나라를 여행해 보셨습니까?	아시아
☐ Nam Mỹ	Mùa đông vừa rồi tôi đã đi du lịch ở Nam Mỹ với gia đình. 지난겨울에 가족과 남미로 여행을 갔다 왔어요.	남미
☐ Bắc Mỹ	Sản phẩm này có thể xuất khẩu sang Bắc Mỹ được không? 이 상품을 북미에 수출하는 것은 어때요?	북미
☐ Châu Phi	Ở Châu Phi động vật rất đa dạng. 아프리카에는 다양한 동물들이 있어요.	아프리카
☐ Châu Âu	Chồng tôi sẽ đi công tác ở Châu Âu. 저희 남편은 유럽으로 출장을 가요.	유럽
☐ Trung Đông	Trung Đông càng ngày càng phát triển. 중동은 나날이 발전하고 있어요.	중동

나라 이름을 외우는 것도 중요하지만 '베트남어', '베트남 사람'과 같이 일상생활에서 필요한 단어를 외우고 활용하는 것이 가장 중요합니다.

예를 들어 베트남은 Việt Nam이라고 하죠. 이때 'người'라는 단어를 기억해 주세요. 'người + Việt Nam'을 결합하면 '베트남 사람'이라는 뜻이 됩니다. 한 가지 더! 'tiếng'이라는 단어도 꼭 기억해 주세요. 그러면 지금 여러분이 학습하는 '베트남어'라는 단어가 됩니다. 'tiếng Việt' 이렇게요.

실전 대화로
연습해 봅시다!

Mai(여) :　Anh là người nước nào?　당신은 어느 나라 사람입니까?

Duy(남) :　Tôi là người Hàn Quốc.　저는 한국 사람입니다.

Mai(여) :　Anh nói được tiếng Việt không?
　　　　　당신은 베트남어를 할 수 있습니까?

Duy(남) :　Dạ vâng. Tôi nói được tiếng Việt.
　　　　　네. 저는 베트남어를 할 수 있습니다.

1 다음 빈칸에 알맞은 표현을 쓰세요.

> **상황**
>
> • Mai - 한국 여자　　　　• Duy - 베트남 남자

Mai : Anh là người nước nào?

Duy : Tôi là (　　　　　　　　　). Chị là người nước nào?

Mai : Tôi là (　　　　　　　). Anh nói được (　　　　　　　　) không?

Duy : Dạ vâng. Tôi nói được (　　　　　　　).

2 다음 중 아시아에 속하는 나라를 고르세요.

① Hàn Quốc　　　② Úc　　　③ Trung Quốc　　　④ Mỹ

3 빈칸에 알맞은 표현을 골라 쓰세요.

> **보기**
>
> tiếng Anh / Anh / Việt Nam / người Trung Quốc

① Tôi là người ＿＿＿＿＿＿＿＿＿. 저는 베트남 사람입니다.

② Anh ấy nói được ＿＿＿＿＿＿＿＿＿. 그는 영어를 할 수 있습니다.

③ Chị ấy không phải là ＿＿＿＿＿＿＿＿＿. 그녀는 중국 사람이 아닙니다.

④ Ông ấy muốn đi du lịch ở ＿＿＿＿＿＿＿＿＿.
　그는 영국으로 여행을 가고 싶습니다.

정답

1 người Việt Nam / người Hàn Quốc / tiếng Hàn / tiếng Hàn
2 ①, ③
3 ① Việt Nam　② tiếng Anh　③ người Trung Quốc　④ Anh

3 직업

☐ nghề nghiệp	Nghề nghiệp của anh là gì? 당신의 **직업**은 무엇입니까?	직업
☐ bác sĩ	Tôi là bác sĩ. 저는 **의사**입니다.	의사
☐ y tá	Chị là y tá phải không? 당신은 **간호사**입니까?	간호사
☐ ca sĩ	Trong ca sĩ Hàn Quốc, ai nổi tiếng nhất? 한국 **가수** 중에서 누가 가장 유명합니까?	가수
☐ diễn viên	Em thích diễn viên Hàn Quốc không? 한국 **배우**를 좋아하십니까?	배우
☐ công nhân	Anh này là người quản lý công nhân. 이분은 **현장 근로자**를 책임지는 관리자입니다.	현장 근로자
☐ nhân viên	Hôm nay có phỏng vấn nhân viên. 오늘 **직원** 면접이 있습니다.	사무직 직원
☐ giám đốc	Giám đốc ở đâu? **사장님**은 어디 계십니까?	사장
☐ nội trợ	Vợ tôi là nội trợ. 제 와이프는 **주부**입니다.	주부

☐ phóng viên	Phóng viên luôn luôn bận rộn. **기자**들은 항상 바빠요. <u>남부</u> nhà báo	기자
☐ kỹ sư	Nhà máy của tôi đang cần kỹ sư. 저희 공장은 **기술자**가 필요합니다.	기술자
☐ sinh viên	Tôi là sinh viên năm thứ tư. 저는 **대학교** 4학년입니다.	대학생
☐ học sinh	Tôi là học sinh lớp tám. 저는 **중학교** 2학년입니다(저는 8학년입니다).	학생 (초·중·고)
☐ luật sư	Tôi cần luật sư. 저는 **변호사**가 필요합니다.	변호사
☐ giáo viên	Nghe nói hôm nay giáo viên bị bệnh nên không dạy được. **선생님**께서 오늘 아프셔서 수업이 어렵습니다.	선생님
☐ thông dịch viên	Anh có thể tuyển thông dịch viên được không? **통역사**를 구해 주실 수 있습니까?	통역사
☐ người giúp việc	Em cần người giúp việc làm việc từ sáng đến tối. 아침부터 저녁까지 일하는 **가정부**가 필요합니다.	가정부, 가사도우미
☐ nghệ sĩ	Vị này là nghệ sĩ. 이분은 **예술가**입니다.	예술가, 연예인

nhà kinh doanh	Bố tôi là nhà kinh doanh. 저희 아버지는 **사업가**입니다.	사업가
giảng viên	Trung tâm mình đang tuyển giảng viên tiếng Hàn Quốc. 저희 학원에서 한국어 **강사**를 모집합니다.	강사
giáo sư	Vị này là giáo sư ở trường đại học ngoại ngữ. 이분은 외국어 대학교 **교수**입니다.	교수
người làm việc tự do	Em là người làm việc tự do. 저는 **프리랜서**입니다.	프리랜서
đầu bếp	Khi còn nhỏ, em muốn trở thành đầu bếp. 어렸을 때 **요리사**가 되는 것이 꿈이었습니다.	요리사
vận động viên	Bạn trai của tôi là vận động viên. 제 남자 친구는 **운동선수**입니다.	운동선수
công an	Gọi công an giùm tôi nhé. **경찰**을 불러 주세요. 참고 cảnh sát	경찰
tổng thống	Tổng thống nước chúng tôi thường xuyên giao lưu với nhân dân. 우리나라 **대통령**은 시민과 자주 소통합니다.	대통령

| bộ đội | Nghe nói từ năm sau lương của bộ đội sẽ tăng lên.
내년부터 **군인**의 월급이 오른다고 합니다. | 군인 |

| lái xe | Lái xe của anh ở đâu?
당신의 **운전기사**는 어디에 있습니까?
동 tài xế | 운전기사 |

| tiếp tân | Em là tiếp tân phải không?
당신은 여기 **프런트 직원**입니까? | 프런트 직원 |

'직업'이라는 단어는 정확하게 'nghề nghiệp'입니다. 따라서 '당신의 직업이 무엇입니까?'라는 문장은 'Nghề nghiệp của anh là gì?'로 말하는 것이 가장 정확합니다. 그러나 직업을 묻는 표현이 너무 어렵고 까다롭기 때문에 가장 쉽고 짧게 물어볼 수 있는 방법을 알려 드리겠습니다.

바로 'Anh làm nghề gì?'입니다. làm은 '~을 하다'라는 뜻이며 nghề는 '분야', gì는 '무엇'이라는 표현입니다. 그래서 'Nghề nghiệp của anh là gì?'은 '당신은 무슨 분야에서 일을 합니까?', 즉 '당신은 무슨 일을 합니까?'라고 물어보는 표현이 됩니다. 그리고 대답할 때는 '주어 + là(~이다) + 직업 명사'를 넣어 주면 됩니다.

> 실전 대화로
> 연습해 봅시다!

Mai : Anh làm nghề gì?   당신의 직업은 무엇입니까?

Duy : Tôi là nhân viên công ty Hàn Quốc. Còn chị?
　　　저는 한국 회사 직원입니다. 당신은요?

Mai : Tôi là thư ký ở công ty nước ngoài ạ.
　　　저는 외국계 회사 비서입니다.

이때, 'còn+상대방 주어?'는 '당신은요?'라고 물어볼 때 사용합니다.

Hàn Quốc과 같이 고유 명사는 대문자로 씁니다.

1 다음을 알맞게 연결하세요.

① 주부 •   • nội trợ

② 통역사 •   • tổng thống

③ 대통령 •   • thông dịch viên

2 다음 빈칸에 알맞은 표현을 보기 에서 찾아 쓰세요.

> **보기**
>
> nội trợ / giáo viên / ca sĩ / giáo sư

① Trong _____ Hàn Quốc, ai nổi tiếng nhất?
   한국 가수 중에서 누가 가장 유명합니까?

② Nghe nói hôm nay _____ bị bệnh nên không dạy được.
   선생님께서 오늘 아프셔서 수업이 어렵습니다.

③ Vị này là _____ ở trường đại học ngoại ngữ.
   이분은 외국어 대학교 교수입니다.

④ Vợ tôi là _____.   제 와이프는 주부입니다.

3 다음 단어 중 직업을 통칭하는 단어를 고르세요.

① ngôn ngữ   ② quốc gia   ③ nơi   ④ nghề nghiệp

☐ **địa điểm**	Em sẽ tìm địa điểm ạ. 제가 **장소**를 찾을게요.	지점, 장소
☐ **chỗ**	Gọi tắc-xi 7 chỗ nhé. 7**인승** 택시를 불러 주세요.	장소, 곳; 인승
☐ **nơi**	Nơi nào nổi tiếng nhất? 어느 **장소**가 가장 유명합니까?	장소
☐ **bệnh viện**	Gần đây có bệnh viện không? 이 근처에 **병원**이 있습니까?	병원
☐ **công ty**	Đây là địa chỉ của công ty mình. 제 **회사** 주소입니다.	회사
☐ **nhà máy**	Ở Việt Nam có nhiều nhà máy xây dựng của Hàn Quốc. 베트남에는 한국 건설 **공장**이 많습니다.	공장
☐ **hiệu sách**	Ở hiệu sách này có nhiều loại sách. **서점**에는 다양한 책들이 있습니다. 남부 nhà sách	서점
☐ **nhà thờ**	Có nhà thờ Hàn Quốc không? 한인 **교회**가 있습니까?	교회
☐ **siêu thị**	Siêu thị Hàn Quốc ở đâu? 한인 **마켓**은 어디에 있습니까?	마켓

☐ **đại sứ quán**	Từ đây đến đại sứ quán tôi nên đi bằng gì? 여기서 **대사관**까지 어떻게 가야 합니까?	대사관
☐ **nhà trẻ**	Con gái của tôi sắp vào nhà trẻ. 제 딸이 곧 **유치원**에 입학합니다. 남부 mầm non	유치원
☐ **trường tiểu học**	Con trai của tôi học ở trường tiểu học. 제 아들은 베트남 **초등학교**에서 공부합니다.	초등학교
☐ **trường trung học**	Tôi học ở trường trung học quốc tế. 저는 국제 **중학교**에서 공부합니다.	중학교
☐ **trung học phổ thông**	Tôi muốn học trung học phổ thông ở Việt Nam. 베트남 **고등학교**에서 공부하고 싶습니다.	고등학교
☐ **trường đại học**	Tôi sắp tốt nghiệp ở trường đại học. 저는 곧 **대학교**를 졸업합니다.	대학교
☐ **cửa hàng**	Cửa hàng có bán túi xách không? 이 **상점**에는 가방을 파나요? 동 tiệm	상점
☐ **nhà hàng**	Tôi muốn đặt bàn ở nhà hàng kia. 저는 그 **식당**을 예약하고 싶습니다.	식당

tiệm ăn	Tôi muốn ăn phở ở tiệm ăn Việt Nam. 베트남 **식당**에서 쌀국수를 먹고 싶습니다. 동 quán ăn	로컬 식당
ngân hàng	Ở Thành Phố Hồ Chí Minh có ngân hàng Hàn Quốc không? 호찌민에 한국 **은행**이 있습니까?	은행
công viên	Buổi tối chúng ta đi dạo ở công viên không? 저녁에 **공원**에서 산책할까요?	공원
nhà	Tôi muốn đi về nhà. 저는 **집**에 가고 싶습니다.	집
bưu điện	Công việc này có thể làm được ở bưu điện không? **우체국**에서 이 업무가 가능합니까?	우체국
lãnh sự quán	Tôi phải đi lãnh sự quán để lấy visa. 비자 발급을 위해 **영사관**에 가야 합니다.	영사관
khách sạn	Đặt khách sạn chưa? **호텔** 예약이 되었습니까?	호텔
công ty du lịch	Anh có thể mua vé máy bay ở công ty du lịch. **여행사**에서 비행기 표를 살 수 있습니다.	여행사
chùa	Chùa Việt Nam đẹp lắm. 베트남 **사원**은 아름답습니다.	사원(절)

sân bay	Sân bay Tân Sơn Nhất ở Thành Phố Hồ Chí Minh, còn sân bay Nội Bài ở Thành Phố Hà Nội. 떤선년 **공항**은 호찌민에 있고, 노이바이 **공항**은 하노이에 있습니다.	공항
hiệu thuốc	Em xuống ở gần hiệu thuốc kia nhé. 저 근처 **약국**에서 내릴게요. 동 nhà thuốc	약국
trạm xe buýt	Trạm xe buýt ở đâu? **버스 정류장**이 어디 있죠?	버스 정류장
ga	Từ đây đến ga tàu điện ngầm có xa không? 지하철**역**이 여기서 멀어요?	역
quán rượu	Hôm qua mình đã uống rượu đến 2 giờ sáng ở quán rượu. 어제 저는 친구와 **술집**에서 새벽 2시까지 술을 마셨어요. 동 quán bia	술집
chợ	Mẹ tôi luôn luôn đi chợ vào mỗi buổi sáng. 저희 어머니는 아침마다 **시장**에 가십니다.	(재래)시장
trung tâm thương mại	Chị gái của tôi làm việc ở trung tâm thương mại. 저희 언니는 **무역 센터**에서 근무합니다.	무역 센터
viện bảo tàng	Tôi muốn đi viện bảo tàng chiến tranh Hồ Chí Minh. 호찌민 전쟁 **박물관**에 가 보고 싶습니다.	박물관

trung tâm triển lãm	Ở trung tâm triển lãm có nhiều sản phẩm. 한국 **전시장**에는 많은 상품이 있습니다.	전시장
bảo tàng nghệ thuật	Sở thích của tôi là đi bảo tàng nghệ thuật. 제 취미는 **미술관** 가기입니다.	미술관
(phòng) karaoke	Anh trai tôi thích hát ở quán karaoke. 우리 오빠는 **노래방**에서 노래 부르는 것을 좋아합니다.	노래방
nhà bạn	Alô, con ngủ ở nhà bạn nhé. 여보세요, **친구 집**에서 잘게요.	친구 집

34

장소를 물어볼 때 기억해야 하는 의문사는 'đâu'입니다. 이 단어의 뜻은 '어디?'라는 표현인데요. 이때 '~에서'라는 전치사 'ở'를 붙여 줍니다. 예를 들어, '일하다'라는 동사는 làm việc입니다. '당신은 어디에서 일해요?'라는 질문을 할 때는 'Anh làm việc ở đâu?'라고 하면 됩니다. 그리고 대답할 때는 '주어 + 동사 + ở + 장소 명사'를 기억해 주시면 됩니다. 예를 들어 '저는 대학교에서 공부해요.'라는 문장은 'Em học ở trường đại học.'라고 하면 되는 거죠.

그리고 '가다(đi)'라고 표현할 때에는 'ở'를 생략합니다. 예를 들어 '저는 시장에 갑니다.'를 표현할 때는 'Tôi đi chợ.'만 써 주면 되는 거죠.

> 실전 대화로
> 연습해 봅시다!

Mai : Anh làm nghề gì?   당신의 직업은 무엇입니까?

Duy : Tôi là kỹ sư.   저는 기술자입니다.

Mai : Anh làm việc ở đâu?   어디에서 일하십니까?

Duy : Tôi làm việc ở nhà máy Việt Nam.   저는 베트남 공장에서 일합니다.

직업을 대답할 때는 '**là + 직업 명사**', 장소를 대답할 때는 '**동사 + ở + 장소 명사**'로 표현합니다.

1 괄호 안의 단어를 참고하여 빈칸에 알맞은 말을 쓰세요.

Duy : Chị đi đâu?

Mai : Tôi đi _____(시장). _____(요즘) anh làm việc ở đâu?

Duy : Tôi làm việc ở _____(한국 회사).

2 다음 빈칸에 알맞은 표현을 쓰세요.

① Đây là địa chỉ của _____ mình. 제 회사 주소입니다.

② _____ Hàn Quốc ở đâu? 한인 마켓은 어디에 있습니까?

③ Tôi muốn đặt bàn ở _____ kia.
저는 그 식당을 예약하고 싶습니다.

④ Ở Thành Phố Hồ Chí Minh có _____ Hàn Quốc không?
호찌민에 한국 은행이 있습니까?

3 다음을 알맞게 연결하세요.

① 식당 •   • nhà hàng

② 상점 •   • ngân hàng

③ 은행 •   • cửa hàng

4 '장소'를 통칭하는 단어가 <u>아닌</u> 것을 고르세요.

① nghề nghiệp   ② nơi   ③ chỗ   ④ địa điểm

정답

1 chợ / Dạo này / công ty Hàn Quốc

2 ① công ty   ② siêu thị   ③ nhà hàng   ④ ngân hàng

3 ① nhà hàng   ② cửa hàng   ③ ngân hàng

4 ①

5 숫자

☐ **không**

Ở đây không có ai hết.
여기에는 **아무도** 없어요.

0

☐ **một**

Cho tôi một cái.
한 개 주세요.

1

☐ **hai**

Có hai sinh viên sống ở nhà này.
두 명의 학생이 이 집에서 살아요.

2

☐ **ba**

Anh ấy có ba chiếc xe máy.
그 남자는 오토바이 **세** 대를 가지고 있어요.

3

☐ **bốn**

Em ơi, cho tôi bốn chai bia nhé.
여기 맥주 **4**병 주세요.

4

☐ **năm**

Cho tôi năm quả cam nhé.
오렌지 **5**개 주세요.

5

☐ **sáu**

Trong văn phòng này có sáu cái bàn.
여기 사무실에는 책상 **6**개가 있어요.

6

☐ **bảy**

Tôi thích số bảy.
저는 숫자 **7**을 좋아해요.

동 bảy

7

☐ **tám**

Gia đình của tôi là tám người.
저의 가족은 **8**명입니다.

8

☐ chín	Tất cả chín cái phải không? 총 9개 맞나요?	9
☐ mười	Trong túi xách của tôi có mười quyển sách. 제 가방 안에 책이 10권 있습니다.	10
☐ mười một	Em mười một tuổi. 저는 11살입니다.	11
☐ mười hai	Em là học sinh lớp mười hai. 저는 12학년입니다.	12
☐ mười ba	Hôm nay là ngày mười ba. 오늘은 13일입니다.	13
☐ mười bốn	Ngày mười bốn tháng hai là ngày Valentine. 2월 14일은 밸런타인데이입니다.	14
☐ mười lăm	Trong phòng này có mười lăm người. 이 방에 15명이 있습니다.	15
☐ mười sáu	Nhân viên của công ty mình có tất cả mười sáu người ạ. 저희 회사 직원은 총 16명입니다.	16

☐ mười bảy	Khi em mười bảy tuổi, em đã đi du lịch ở VN rồi. 제가 17살 때 베트남으로 여행을 갔었습니다. 통 mười bảy	17
☐ mười tám	Trong mp3 này có tất cả mười tám bài. 이 mp3 안에는 총 18곡이 있어요.	18
☐ mười chín	Khi mười chín tuổi, ở Hàn Quốc phải thi vào đại học. 한국에서는 19살 때 대학 수학 능력 시험을 봅니다.	19
☐ hai mươi	Khi tôi hai mươi tuổi, tôi muốn có bạn trai. 20살이 되면 남자 친구를 만나고 싶어요.	20
☐ hai mươi lăm	Tôi cần hai mươi lăm cây bút. 저는 볼펜 25개가 필요합니다.	25
☐ năm mươi	Mẹ tôi năm mươi tuổi ạ. 저희 어머니는 50세입니다.	50
☐ một trăm	Em sẽ đi du lịch vòng quanh thế giới trong một trăm ngày. 100일 동안 세계 일주를 할 예정이에요.	100
☐ một trăm linh(lẻ) một	Ở nông trang đó có một trăm linh một con bò. 그 농장에는 101마리의 소가 있어요.	101

một trăm linh(lẻ) năm	Cửa hàng chúng tôi có một trăm linh năm loại sản phẩm. 저희 상점에는 105가지 종류의 상품이 있습니다.	105
một trăm mười lăm	Quyển sách này tất cả có một trăm mười lăm trang. 이 책은 총 115쪽입니다.	115
một trăm năm mươi	Nhà máy của mình có một trăm năm mươi nhân viên. 저희 공장에는 150명의 직원이 있습니다. **동** một trăm rưỡi	150
một trăm năm mươi mốt	Chị ấy nuôi một trăm năm mươi mốt con mèo ở nông trang. 그녀는 151마리의 고양이를 농장에서 키웁니다.	151
chín trăm chín mươi chín	Đến bây giờ, em đã bán chín trăm chín mươi chín chiếc xe máy rồi. 저는 지금까지 999대의 오토바이를 팔았습니다.	999
một nghìn	Tôi mất một nghìn won rồi. **천** 원을 잃어버렸어요. **동** một ngàn	1000
một nghìn không trăm linh(lẻ) một	Khách hàng ơi, đây là chìa khóa phòng số một nghìn không trăm linh một nhé. 손님, 1001호 열쇠 여기 있습니다.	1001

□ một nghìn chín trăm bốn mươi lăm	Hàn Quốc được giải phóng vào năm 1945(một nghìn chín trăm bốn mươi lăm). 한국은 **1945**년에 해방되었습니다.	1945
□ hai nghìn không trăm mười	Tôi đã đi công tác ở Mỹ vào năm 2010(hai nghìn không trăm mười). 저는 **2010**년에 미국으로 출장을 갔었어요.	2010
□ mười nghìn	Nước suối này giá mười nghìn đồng nhé. 이 물은 **만** 동입니다. 통 mười ngàn	10,000
□ một trăm nghìn	Một kí lô một trăm nghìn ạ. 1kg에 **십만** 동입니다. 통 một trăm ngàn	100,000 (십만)
□ một triệu	Xin vay một triệu won được không? **백만** 원만 빌려 주실 수 있을까요?	1,000,000 (백만)
□ mười triệu	Thiếu mười triệu đô la ạ. **천만** 달러가 부족해요.	10,000,000 (천만)
□ một trăm triệu	Nếu một trăm triệu thì kinh doanh cái này được không ạ? **일억**이면 이 사업이 가능합니까? 참고 một tỷ 십억 mười tỷ 백억 một trăm tỷ 천억	100,000,000 (일억)

- '숫자' 규칙 TIP

1. 10일 때는 성조가 dấu huyền으로 내려가지만 20 이후부터는 성조가 없어진다.

   10 mười   20 hai mươi

   120 một trăm hai mươi   1220 một nghìn hai trăm hai mươi

2. 1, 11일 때는 뒤에 một 성조가 dấu nặng로, 21부터는 뒤에 một 성조가 mốt
   으로 바뀐다.

   11 mười một   21 hai mươi mốt

   121 một trăm hai mươi mốt   1221 một nghìn hai trăm hai mươi mốt

3. 5일 때는 năm이지만 15부터 năm에서 lăm으로 바뀐다.

   5 năm   15 mười lăm

   115 một trăm mười lăm   1115 một nghìn một trăm mười lăm

   단, 105, 1005의 경우 십의 자리가 0이므로 năm으로 쓴다.

   105 một trăm linh(lẻ) năm   1005 một nghìn không trăm linh(lẻ) năm.

4. 4, 14는 bốn만 가능하지만 24부터는 bốn 또는 tư 둘 다 가능하다.

   4 bốn   14 mười bốn   24 hai mươi bốn / hai mươi tư

- 큰 숫자 TIP

100	một trăm	0이 2개일 때는 trăm
101	một trăm linh(lẻ) một	중간 0은 linh 혹은 lẻ를 사용
1000	một nghìn / ngàn	0이 3개일 때는 nghìn 혹은 ngàn
1001	một nghìn không trăm linh(lẻ) một	천의 자리 이상부터 0이 두 개 이상일 때는 không trăm 혹은 linh(lẻ)를 사용
10,000	mười nghìn / ngàn	3개씩 끊어서 읽을 것
1,000,000	một triệu	0이 여섯 개일때는 triệu

실전 대화로
연습해 봅시다!

Mai : Anh bao nhiêu tuổi?   당신은 몇 살입니까?

Duy : Tôi (ba mươi lăm) tuổi.   저는 35살입니다.

1 다음을 보고 알맞은 숫자를 베트남어로 쓰세요.

① 　② 　③

Có (　　　) 　　　(　　　) 　　　(　　　) người
quả táo. 　　　quyển sách

2 다음 중 알맞지 <u>않은</u> 것을 고르세요.

① 5 - năm 　② 15 - mười lăm 　③ 10 - mươi 　④ 20 - hai mươi

3 다음 중 알맞지 <u>않은</u> 것을 고르세요.

① 65 - sáu mươi lăm 　　　② 21 - hai mươi một

③ 105 - một trăm linh năm 　　　④ 150 - một trăm năm mươi

정답

1 ① ba 　② sáu 　③ mười

2 ③

3 ②

| ☐ đẹp | Diễn viên đó vừa đẹp vừa xinh. | 예쁘다 |
| | 저 배우는 **예쁘고** 아름다워요. | |

| ☐ xinh | Mẹ em rất xinh. | 아름답다 |
| | 저희 어머니는 매우 **아름다우세요.** | |

| ☐ xấu | Anh ấy không những khó tính mà còn xấu. | 추한,
못생긴,
나쁜 |
| | 그는 성격이 까칠할 뿐만 아니라 **못생겼어요.** | |

☐ béo	Dạo này không tập thể dục nên béo rồi.	살찌다, 뚱뚱하다
	요새 운동을 안 했더니 **뚱뚱해졌어요.**	
	남부 mập	

☐ ốm	Dạo này ca sĩ nào cũng ốm quá.	마른
	요즘은 어떤 가수든 모두 **말랐어요.**	
	남부 gầy	

| ☐ khoẻ | Anh ấy rất khoẻ vì anh ấy luôn luôn tập thể dục vào mỗi buổi sáng. | 건강한 |
| | 그는 아침마다 운동을 하기 때문에 매우 **건강합니다.** | |

☐ yếu	1) Em ấy rất yếu nên phải tập thể dục và ăn nhiều.	약한, 연약한
	그 사람은 매우 **연약하기** 때문에 많이 먹고 운동을 해야 해요.	
	2) Cái này sao yếu thế?	
	이거(물건) 왜 이렇게 **약해?**	

| ☐ khó | Học tiếng Việt khó nhưng hay. | 어려운 |
| | 베트남어 공부는 **어렵지만** 재미있어요. | |

☐ **dễ**	Cái nào cũng không dễ. 어떤 것이든 **쉬운** 것이 없어요.	쉬운
☐ **hay**	1) Học tiếng Việt hay quá. 베트남어 공부는 **재미있어요**. 2) Em nói tiếng Việt hay quá. 베트남어(말하기)를 정말 **잘하는구나**.	재미있는, 잘하는
☐ **thú vị**	Cuộc sống của em rất thú vị. 나의 인생은 매우 **즐거워요**.	재미있는, 흥미로운, 즐거운
☐ **sáng**	1) Trăng sáng quá. 달이 무척 **밝네요**. 2) Trời sáng quá. 날씨가 매우 **밝네요**(좋네요).	밝은, 빛나는
☐ **tối**	1) Phòng này tối quá. 이 방은 무척 **어둡네요**. 2) Trời tối rồi. 날이 **저물었네요**.	어두운, 깜깜한
☐ **cao**	1) Anh cao bao nhiêu? 당신의 **키**는 몇입니까? 2) Tòa nhà này cao lắm. 이 건물을 매우 **높군요**!	키가 큰, 높은
☐ **thấp**	1) Anh ấy thấp quá. 그는 키가 매우 **작네요**. 2) Chung cư này thấp quá. 이 아파트는 매우 **낮네요**.	키가 작은, 낮은

| cũ | 1) Điện thoại của mẹ rất cũ.
우리 엄마 핸드폰은 매우 **낡았어요**.
2) Hôm qua tôi đã gặp bạn trai cũ.
저는 어제 **전** 남자 친구를 만났어요.
참고 전 애인 역시 cũ라는 표현을 씁니다. | 낡은,
오래된 |

| mới | Em muốn mua điện thoại mới.
저는 **새** 핸드폰을 사고 싶어요. | 새로운 |

| dữ | Vợ tôi dữ như con sư tử.
우리 와이프는 사자처럼 **사나워요**. | 사나운 |

| hiền | Em hiền quá.
너는 참 **착하구나**. | 착한 |

| to | Anh ấy to quá.
그는 (덩치가) 매우 **거대해요**.
동 lớn 큰, 넓은 | 크다 |

| nhỏ | Túi xách này tuy nhỏ nhưng rất tiện lợi.
이 가방은 비록 **작지만** 편리해요. | 작은 |

| dài | Váy này dài quá.
치마가 너무 **기네요**. | 긴 |

| ngắn | Tóc của cô ấy mặc dù ngắn nhưng rất phù hợp với cô ấy.
그녀의 머리는 비록 **짧지만** 그녀에게 굉장히 잘 어울려요. | 짧은 |

dày	Em không thích quyển sách dày.	두꺼운
	저는 **두꺼운** 책이 싫어요.	

mỏng	Dạo này điện thoại vừa mỏng vừa bền.	얇은
	요즘 핸드폰은 **얇으면서** 튼튼해요.	

rộng	Phòng của anh ấy rất rộng.	넓은
	그의 방은 매우 **넓어요.**	

hẹp	Phố này hẹp quá.	좁은
	이 길은 매우 **좁네요.**	

tốt	1) Em tốt quá.	좋은,
	너 참 **잘하는구나.**	잘하는
	2) Anh ấy là một người rất tốt.	
	그는 참 **좋은** 사람이에요.	

giỏi	Chị ấy cái gì cũng giỏi.	잘하는
	그녀는 뭐든지 **잘해요.**	

đắt	Đắt quá. Giảm giá giùm em nhé.	비싼
	너무 **비싸요.** 깎아 주세요.	
	남부 mắc	

rẻ	Xin lỗi, em không bán rẻ hơn được.	싼
	죄송해요, **싸게** 팔 수가 없어요.	

sớm	Em đi về sớm nhé.	일찍
	일찍 들어와요.	

☐ tiện lợi	Ở Hàn Quốc, có nhiều phương tiện giao thông công cộng nên rất tiện lợi. 한국에는 대중교통이 많아서 굉장히 **편리해요**. 통 thuận tiện	편리한
☐ bất tiện	Em không gây bất tiện nên đừng lo nhé. 저는 **불편하지** 않으니까 걱정 말아요.	불편한
☐ hạnh phúc	Gia đình của mình rất hạnh phúc. 우리 가족은 매우 **행복합니다**.	행복한
☐ bất hạnh	Nếu em suy nghĩ không tốt thì sẽ trở nên bất hạnh. 만약 당신이 나쁜 생각을 한다면 **불행해질** 거예요.	불행한
☐ mệt	Hôm qua em uống rượu đến 2 giờ sáng nên rất mệt. 어제 저는 새벽 2시까지 술을 마셔서 굉장히 **피곤해요**.	피곤한
☐ tốt bụng	Ba của em rất tốt bụng. 저희 아버지는 매우 **좋은** 분이세요.	마음씨가 좋은
☐ giàu	Anh ấy rất giàu nhưng sức khỏe không tốt. 그는 매우 **부유하지만** 건강이 좋지 않아요.	부자인
☐ nghèo	Anh ấy muốn giúp bệnh nhân nghèo. 그는 **가난한** 환자를 돕고 싶어 해요.	가난한

48

☐ **muộn**

Tại sao em đến muộn?

왜 **늦었어요**?

남부 trễ

늦은

☐ **nhiều**

Em ấy có nhiều tiền mà lo lắng gì vậy?

그 사람은 돈도 **많은데** 무슨 걱정이 있대?

많은

☐ **ít**

Sao ít sinh viên thế?

학생이 왜 이렇게 **적어요**?

적은

☐ **nặng**

Trời ơi, trong túi xách này có gì mà nặng quá?

아이고, 가방 안에 뭐가 들었길래 이렇게 **무거워요**?

무거운

☐ **nhẹ**

Cái này nhẹ quá.

이것은 정말 **가볍네요**.

가벼운

☐ **ngon**

Món ăn Hàn Quốc và món ăn Việt Nam đều rất ngon.

한국 음식과 베트남 음식 모두 다 **맛있어요**.

맛있는

☐ **dễ thương**

Con mèo này dễ thương quá.

이 고양이가 정말 **귀여워요**.

귀여운

☐ **nhanh**

Anh ơi, chạy nhanh hơn được không?

아저씨, 더 **빨리** 가 주실 수 있으세요?

빠른

☐ **chậm**

Em nói chậm quá.

너는 말이 너무 **느려**.

느린

☐ **thân thiện**	Cô giáo tiếng Việt của em rất thân thiện. 우리 베트남어 선생님은 매우 **친절하세요**.	친절한
☐ **gần gũi**	Quan hệ Việt Nam và Hàn Quốc ngày càng gần gũi nhau hơn. 베트남과 한국은 서로 **친밀한** 관계입니다.	친밀한
☐ **lâu**	Lâu quá không gặp em. **오랜만**입니다.	오래된
☐ **đáng yêu**	Con gái đáng yêu quá. 딸이 너무 **사랑스럽고** 귀엽네요! 참고 con gái는 어린 여자를 지칭하는 표현	사랑스러운
☐ **trẻ**	Ôi, cô ấy trông trẻ quá. 우와, 그녀는 정말 **어려** 보이네요.	어린
☐ **già**	Anh ấy tuy già nhưng vẫn khỏe lắm. 그는 비록 **나이가 들었지만** 여전히 건강하세요.	늙은
☐ **lạ**	Anh ấy lạ quá. 그는 정말 **이상해요**.	이상한, 낯선
☐ **thật**	Chị ấy thật tuyệt vời. 그녀는 **정말** 대단해요.	정말로, 진실로
☐ **ồn ào**	Tiếng máy đó ồn ào quá. 그 기계 소리는 매우 **시끄러워요**.	시끄러운

☐ **yên tĩnh**

Làng này yên tĩnh quá.
이 마을은 굉장히 **조용하네요.**

조용한

☐ **sạch sẽ**

Phòng này rất sạch sẽ.
이 방은 매우 **깨끗하네요.**

깨끗한

☐ **bẩn**

Sông này bẩn quá.
이 강은 매우 **더럽군요.**
남부 dơ

더러운

☐ **bận**

Cuối tuần này em rất bận nên không gặp được.
이번 주말은 매우 **바빠서** 만날 수가 없네요.

바쁜

☐ **rỗi**

Khi rỗi em thường làm gì?
한가할 때 당신은 보통 무엇을 하십니까?
남부 rảnh

한가한

☐ **an toàn**

Cao ốc này rất an toàn nên đừng lo lắng nhé.
이 건물은 매우 **안전합니다.** 그러니 걱정하지 마세요.

안전한

☐ **nguy hiểm**

Ở đây là khu vực nguy hiểm.
여기는 **위험한** 지역입니다.

위험한

☐ **ổn định**

Tình hình ổn định rồi.
정세가 **안정되었어요.**

안정된

☐ **bất an**

Khi nào em thấy bất an?
언제 너는 (마음이) **불안하니?**

불안정한

어떤 언어를 공부하든 형용사 부분은 매우 중요한 영역입니다. 일단 단어를 알아야 문장을 이야기할 수 있고 상대방과 대화도 가능하니까요. 초급 수준에서 가장 많이 쓸 수 있는 형용사를 공부해 보았습니다. 한 단어의 뜻에 따라 하나 이상의 예문이 있는 것도 있습니다. 베트남어에서 형용사가 어떤 경우에는 동사로, 어떤 경우에는 부사로 사용되기도 하기 때문에 이 부분 역시 기억하고 문장을 활용하면 더욱 좋겠죠?

또한 형용사에는 be 동사에 해당하는 'là'라는 단어가 함께 사용되지 않기 때문에 헷갈릴 수 있습니다. 예를 들어 '그녀는 예뻐요.'라는 문장을 만든다고 하면 '그녀 (chị ấy) + 예쁜(đẹp) = chị ấy đẹp'이라고 쓸 수 있습니다. 그런데 'Chị ấy là đẹp.'이라고 문장을 잘못 표현하는 경우도 있는데 해석해 보면 '그녀는/예쁜/이다'가 됩니다. '그녀는 예쁜 사람 중에 하나이다.'라는 'Chị ấy là một người đẹp.'처럼 명사 뒤에 형용사가 나오는 경우는 là가 쓰입니다. 형용사를 활용할 때 반드시 참고해 주세요.

실전 대화로 연습해 봅시다!

Lộc : Dạo này bạn làm gì? 요즘 뭐 해요?

Mai : Dạo này mình vừa học tiếng Việt vừa học nấu ăn.
요즘 저는 베트남어 공부와 요리 공부를 해요.

Lộc : Ồ thế à? Bạn thấy không khó à? 오, 그래요? 어렵지 않아요?

Mai : Khó nhưng rất thú vị và hạnh phúc.
어려워요. 그렇지만 매우 재미있고 행복해요.

Lộc : Tốt quá. 잘됐네요.

1 다음 단어의 반의어를 쓰세요.

①	Đắt		⑥	Nhỏ	
②	Hạnh phúc		⑦	Thấp	
③	Vui		⑧	Tối	
④	Đẹp		⑨	Khó	
⑤	Dài		⑩	Sớm	

2 다음을 보고 적절한 형용사를 쓰세요.

①  맛있다.　② 귀엽다.　③  빠르다.

(　　　　　)　(　　　　　)　(　　　　　)

3 다음 중 형용사가 <u>아닌</u> 것을 고르세요.

① yên tĩnh　　　② bẩn　　　③ ăn　　　④ ồn ào

4 다음 문장을 보고 빈칸에 알맞은 단어를 쓰세요.

① Anh ấy _____ quá.　그는 정말 이상해요.

② Phòng này rất _____.　이 방은 매우 깨끗하네요.

③ Ở đây là khu vực _____.　여기는 위험한 지역입니다.

④ Em muốn mua điện thoại _____.　저는 새 핸드폰을 사고 싶어요.

정답

1 ① rẻ　② bất hạnh　③ buồn　④ xấu
　⑤ ngắn　⑥ to, lớn　⑦ cao　⑨ sáng
　⑧ dễ　⑩ muộn, trễ

2 ① ngon　② dễ thương　③ nhanh

3 ③

4 ① lạ　② sạch sẽ　③ nguy hiểm　④ mới

사람

☐ cơ thể

Nói bằng ngôn ngữ cơ thể.
보디랭귀지로 말해요.
동 thân thể

신체

☐ đầu

Đau đầu quá.
머리가 아파요.

머리

☐ lông

Em lo lắng quá vì có nhiều lông chân.
다리 털이 많아서 고민입니다.

털

☐ tóc

Tóc của cô ấy rất dài và đẹp.
그녀의 머리카락은 길고 아름다워요.

머리카락

☐ trán

Trán của anh ấy rất rộng.
그는 이마가 넓어요.

이마

☐ lông mày

Lông mày của diễn viên Song Seung
Heon rất đậm.
송승헌은 눈썹이 진해요.

눈썹

☐ mắt

Càng nhìn mắt cô ấy càng cuốn hút.
그녀의 눈은 보면 볼수록 매력적입니다.

눈

☐ hai mắt

Hãy nhìn vào hai mắt của mình nhé.
제 두 눈을 보세요.

두 눈

☐ mũi

Mũi của anh ấy cao lắm.
그의 코는 매우 높아요.

코

☐ miệng	Em há miệng to ra. 입을 크게 벌려 보세요.	입
☐ môi	Môi đỏ như trái anh đào. 입술이 앵두 같아요.	입술
☐ râu	Hãy cạo râu đi. 수염을 자르세요.	수염
☐ má	Vì lạnh quá nên má đỏ rồi. 추워서 볼이 빨개졌어요.	볼
☐ tai	Tai đẹp quá. 귀가 참 예쁘네요.	귀
☐ cổ	Cổ của chị ấy rất dài và đẹp. 그녀의 목은 길고 예뻐요.	목
☐ vai	Tôi thích con trai vai rộng. 저는 어깨가 넓은 남자가 좋아요.	어깨
☐ ngực	Tôi muốn thẩm mỹ ngực. 가슴 수술을 하고 싶어요.	가슴
☐ bụng	Anh ấy bụng to quá. 그는 배가 많이 나왔어요.	배
☐ tay	Tay anh ấy ngắn lắm. 그의 팔은 매우 짧아요.	팔

☐ ngón tay

Ngón tay của nó rất dài và nhỏ.
그의 **손가락**은 길고 가늘어요.

손가락

☐ chân

Chân của chị ấy rất đẹp.
그녀의 **다리**는 매우 예뻐요.

다리

☐ mông

Viết tên lên mông.
엉덩이로 이름 쓰기.

엉덩이

☐ eo

Eo của chị ấy rất nhỏ.
그녀의 **허리**는 매우 얇아요.

허리

☐ lưng

Không ngủ ngon nên tôi thấy đau lưng quá.
잠을 잘 못 잤더니 **등**이 뻐근해요.

등

사람의 신체 표현은 다른 사람의 외형을 묘사하거나 이상형을 말하거나, 병원에서 아픈 증상을 이야기할 때 유용하게 쓸 수 있습니다.

이때 중요한 점은 신체 표현은 명사이기 때문에 이야기하고자 하는 형용사 단어는 명사 뒤에 제시해 주어야 하는 것입니다. 예를 들어 '머리카락이 길어요' 같은 경우 '머리카락(tóc) + 길다(dài) → tóc dài'와 같이 어순에 주의해서 표기해야 합니다.

> 실전 대화로
> 연습해 봅시다!

Thanh : Bạn gái mình rất đẹp. Càng nhìn mắt cô ấy càng cuốn hút.

내 여자 친구는 굉장히 예뻐. 그녀의 눈은 보면 볼수록 매력적이야.

Mai : Thế à? Hình dáng của cô ấy thế nào?

그래요? 그녀의 외형(겉모습)은 어때요?

Thanh : Tóc dài, mắt to, mũi cao, môi đỏ và eo nhỏ lắm.

머리카락이 길고, 코가 높고, 입술이 빨개요. 그리고 허리가 얇아요.

1 다음 괄호 안에 적절한 표현을 쓰세요.

① 여자가 머리가 길다. (   ) của cô ấy rất dài và đẹp.

② 수염을 자르세요. Hãy cắt (   ) đi.

③ 엉덩이로 이름 쓰기. Viết tên lên (   ).

2 다음을 보고 괄호 안에 적절한 신체 표현을 쓰세요.

(①   )　　　　　　　　(⑤   )

(②   )　　　　　　　　(⑥   )

(③   )　　　　　　　　(⑦   )

(④   )　　　　　　　　(⑧   )

　　　　　　　　　　　　　　(⑨   )

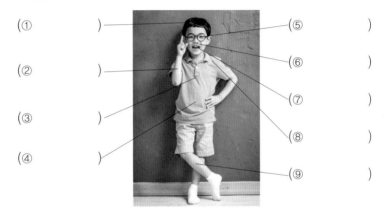

3 다음 문장을 베트남어로 쓰세요.

① 저는 어깨가 넓은 남자가 좋아요.

_____

② 그녀의 허리는 매우 얇아요.

_____

③ 그는 배가 많이 나왔어요.

_____

1 ① Tóc   ② râu   ③ mông

2 ① đầu ② tay ③ ngực ④ bụng ⑤ mắt
　　⑥ mũi ⑦ miệng ⑧ vai ⑨ chân

3 ① Tôi thích con trai vai rộng.
　　② Eo của chị ấy rất nhỏ.
　　③ Anh ấy bụng to quá.

☐ **nhà**	Nhà anh ở đâu? 집이 어디예요?	집
☐ **chung cư**	Tôi sống ở chung cư 20 tầng. 저는 20층 **아파트**에 삽니다.	아파트
☐ **nhà cất riêng**	Nhà cất riêng phải không? **단독 주택**입니까?	단독 주택
☐ **nhà liền kề**	Chúng ta xem nhà liền kề được không ạ? **연립 주택** 좀 볼 수 있나요?	연립 주택
☐ **tòa nhà**	Tòa nhà bao nhiêu tầng vậy? 몇 층 **건물**입니까?	건물
☐ **cao ốc**	Cao ốc này rất cao. 이 **빌딩**은 굉장히 높습니다.	빌딩
☐ **cửa**	Đóng cửa giùm em nhé. **문** 좀 닫아 주세요.	문
☐ **cửa sổ**	Mở cửa sổ giùm em nhé. **창문** 좀 열어 주세요.	창문
☐ **phòng khách**	Phòng khách sạch sẽ quá nhỉ. **거실**이 깨끗하네요.	거실
☐ **phòng ngủ**	Phòng ngủ hẹp quá. **침실**이 좁네요.	침실

☐ cái ghế	Mời anh ngồi ghế này ạ. 이 **의자**에 앉으세요. 참고 ghế mát-xa 안마 의자	의자
☐ cái bàn	Quyển sách ở trên cái bàn. **책상** 위에 책이 있어요.	책상
☐ móc áo	Móc áo mua ở đâu vậy? **옷걸이**는 어디서 사죠?	옷걸이
☐ gối	Gối tiện hơn. **베개**가 편합니다.	베개
☐ mền	Mền dày quá. **이불**이 두꺼워요. 동 chăn	이불
☐ khung ảnh	Có khung ảnh giá rẻ hơn không? 더 싼 **액자**는 없나요?	액자
☐ bình hoa	Bình hoa dễ thương quá. **꽃병**이 귀엽네요.	꽃병
☐ ghế so-fa	Ghế so-fa rất thuận tiện. **소파**가 참 편합니다.	소파
☐ bàn trang điểm	Tôi muốn mua bàn trang điểm. **화장대**를 사고 싶어요.	화장대

☐ cái gương	Cái gương ở đâu? 거울이 어디에 있죠?	거울
☐ cái giường	Cái giường rộng quá. 침대가 넓어요.	침대
☐ tủ áo	Tủ áo đẹp quá. 옷장이 예쁘네요.	옷장
☐ thùng rác	Vui lòng bỏ rác vào thùng rác. 쓰레기통에 버려 주세요.	쓰레기통
☐ ngăn kéo	Em muốn xem tủ có 3 ngăn kéo. 3단 서랍장을 보고 싶어요.	서랍장
☐ tủ sách	Trong tủ sách có nhiều quyển sách. 책장에 책이 많아요.	책장
☐ mỹ phẩm	Ở trên bàn trang điểm có nhiều mỹ phẩm. 화장대에 화장품이 많네요.	화장품
☐ rèm cửa	Rèm cửa đẹp quá. 커튼이 예뻐요.	커튼
☐ đồng hồ	Chắc là không có pin trong cái đồng hồ. 시계 배터리가 없는 것 같아요.	시계

☐ nhà vệ sinh	Tôi muốn đi nhà vệ sinh. 화장실에 가고 싶어요. 동 phòng vệ sinh	화장실
☐ dầu gội đầu	Phải mua dầu gội đầu. 샴푸를 사야 해요.	샴푸
☐ dầu xả	Dầu xả ở đâu? 린스는 어디 있죠?	린스
☐ bàn chải đánh răng	Chỉ bàn chải đánh răng này thôi à? 이 칫솔밖에 없나요?	칫솔
☐ kem đánh răng	Ở đây bán kem đánh răng không? 여기에서 치약 파나요?	치약
☐ xà bông	Xà bông cũng bán hả? 비누도 팔아요?	비누
☐ khăn tắm	Thiếu khăn tắm ạ. 목욕 수건이 부족해요.	목욕 수건
☐ khăn mặt	Cho tôi khăn mặt nhé. 세수 수건 좀 주세요.	세수 수건
☐ máy cạo râu	Tôi muốn mua máy cạo râu hiệu ABC. ABC 브랜드 면도기를 사고 싶어요. 참고 dao cạo râu 일반 면도기	전기면도기

64

□ giấy vệ sinh

Hết giấy vệ sinh rồi.
휴지가 다 떨어졌어요.

(화장실) 휴지

□ nhà bếp

Nhà bếp ở bên phải ạ.
부엌은 오른쪽에 있습니다.

부엌

□ bàn ăn

Chúng ta phải mua cái bàn ăn.
식탁을 사야 해요.

식탁

□ bồn rửa

Vì bồn rửa bẩn quá nên phải dọn lại.
싱크대가 더러워서 청소를 해야 해요.

싱크대

□ bát

Cho tôi cái bát nhé.
그릇 좀 주세요.
남부 chén

그릇

□ đĩa

Đĩa to quá.
접시가 너무 커요.
동 dĩa

접시

□ thìa

Cho tôi thìa.
숟가락 좀 주세요.
남부 muỗng

숟가락

□ đôi đũa

Cho tôi một đôi đũa nữa.
젓가락 한 쌍 더 주세요.

젓가락

□ cốc

Trong cốc không có nước.
컵에 물이 없어요.
남부 ly

컵

chảo	Tôi sẽ đi mua cái chảo. 냄비를 사러 갈 거예요.	냄비
bếp gas	Khi mở bếp gas, phải cẩn thận nhé. 가스레인지를 켤 때 조심하세요.	가스레인지
tủ giày	Tủ giày sạch sẽ lắm. 신발장이 깔끔해요.	신발장
chìa khóa	Dạo này không sử dụng chìa khóa. 요즘에는 열쇠를 잘 안 써요.	열쇠
tấm che cửa sổ	Không phải rèm cửa mà là tấm che cửa sổ. 커튼 말고 블라인드요.	블라인드

일반적으로 사물 명사 앞에는 'cái'라는 종별사가 붙습니다. 간혹 생략도 가능하지만 사물 명사 앞에는 대부분 붙는 종별사입니다.

어떤 물건을 지칭할 때나 필요한 물건을 살 때 꼭 알아야 하는 것이 사물의 명칭입니다. 정확한 명칭을 알고 있으면 편리하게 물건을 구매하거나, 빌릴 수 있겠지만 모를 때에는 베트남어로 'Cái này tiếng Việt gọi là gì?(이것은 무엇입니까?)'라고 물어보면 됩니다.

호텔에서 '○○이 있습니까?'라고 질문할 때에는 'Trong phòng có ○○ không?'이라고 하면 됩니다.

또한 집이나 건물을 렌트할 때에는 'thuê(빌리다)'라는 단어를 기억하면 되는데, 'thuê phòng, thuê nhà, thuê công ty.' 등으로 응용하면 됩니다.

> 실전 대화로
> 연습해 봅시다!

Ở khách sạn (호텔에서)

Tiếp tân ở khách sạn(호텔 직원) : Anh cần gì ạ? 무엇이 필요하십니까?

Khách hàng(손님) : Trong phòng không có dầu gội đầu ạ.
　　　　　　　　　　　方에 샴푸가 없습니다.

Tiếp tân ở khách sạn : Dạ em sẽ lấy cho anh ạ. 네, 가져다 드리겠습니다.

Thuê nhà (집을 빌리는 상황)

Chủ nhà(주인) : Anh muốn thuê nhà phải không?
　　　　　　　　집 임대를 원하시는 것 맞죠?

Khách hàng : Dạ vâng. Trong phòng có cái giường không?
　　　　　　　네, 맞습니다. 집에 침대가 있나요?

Chủ nhà : Dạ có chứ. Đừng lo. 네, 당연히 있죠. 걱정 마세요.

1 다음을 보고 알맞은 단어를 쓰세요.

① 　② 　③

(　　　　)　(　　　　)　(　　　　)

2 다음을 알맞게 연결하세요.

① bàn chải đánh răng ·　　　　　　　　· đôi đũa

② gối　　　　　　　　·　　　　　　　· mền / chăn

③ thìa (muỗng)　　·　　　　　　　· kem đánh răng

3 다음 문장을 한국어로 쓰세요.

① Tôi muốn đi nhà vệ sinh.

_____

② Dầu xả ở đâu?

_____

③ Thiếu khăn tắm ạ.

_____

정답

1 ① chung cư　② cửa sổ　③ đồng hồ
2 ① kem đánh răng　② mền / chăn　③ đôi đũa
3 ① 화장실에 가고 싶어요.　② 린스는 어디에 있지요?　③ 목욕 수건이 부족해요.

☐ đau đầu	Vì Việt Nam quá nóng nên đau đầu lắm. 베트남이 더워서 그런지 **머리가** 너무 **아파요.** 동 nhức đầu	두통, 머리가 아픈
☐ đau bụng	Ăn nhiều quá nên bị đau bụng. 너무 많이 먹었더니 **배가 아파요.**	복통, 배가 아픈
☐ tiêu chảy	Ăn kem nhiều nên bị tiêu chảy. 아이스크림을 많이 먹었더니 **설사했어요.** 동 ỉa chảy	설사하다
☐ khó tiêu hóa	Em thấy bụng khó chịu quá. Chắc là khó tiêu hóa. 속이 거북해요. **체한** 것 같아요.	체하다
☐ chóng mặt	Vì chóng mặt quá nên nghỉ một chút nhé. 너무 **어지러워서** 잠깐 쉴게요.	어지럽다
☐ buồn nôn	Vì đi xe buýt quá lâu nên buồn nôn quá. 버스를 오래 탔더니 **메스꺼워요.**	메스껍다
☐ mệt mỏi	Em thấy mệt mỏi quá. **몸살 난** 것 같아요.	몸살 나다
☐ mệt	Vì quá mệt nên đã ngủ sớm. 너무 **피곤해서** 일찍 잠들었어요.	피곤한
☐ bị cảm	Hãy cẩn thận đừng để bị cảm nhé. **감기** 조심하세요.	감기에 걸리다

bị ngã	Vì bị ngã nên bị thương rồi. 넘어져서 상처가 났어요.	넘어지다
bị gãy	Bị gãy chân rồi. 다리가 **부러졌어요**.	부러지다
bị thương	Sao mà bị thương rồi? 어쩌다 **상처가 났어요?**	상처가 나다
sổ mũi	Bị đau đầu và sổ mũi. 머리가 아프고 **콧물이 나요**.	콧물이 나다
bị sốt	Bị sốt cao rồi. **열이** 많이 **났어요**.	열이 나다
bị ho	Vì bị ho nhiều nên đau ngực quá. **기침을 했더니** 가슴이 아파요.	기침하다
có mang	Chị có mang rồi nên phải cẩn thận nhé. **임신하셨으니** 조심하세요. 동 có thai	임신하다
phẫu thuật	Bác sĩ ơi, phải phẫu thuật hả? 의사 선생님, 꼭 **수술을 해야** 하나요? 동 mổ, phẫu thuật mổ	수술하다 (개복하다)
đau họng	Mỗi khi uống nước đau họng quá. 물을 마실 때마다 **목이 아파요**.	목이 아프다

☐ bị căng thẳng	Dạo này có nhiều việc nên bị căng thẳng nhiều. 요새 일이 많아서 **스트레스**를 너무 많이 받아요.	스트레스 받다
☐ thiếu ngủ	Dạo này không ngủ được nên luôn luôn thiếu ngủ. 요새 잠을 잘 수가 없어요. 그래서 항상 **잠이 부족해요**.	수면 부족
☐ ê răng	Bác sĩ ơi, sao em thấy ê răng quá vậy. 의사 선생님, **이가** 너무 **시려요**.	이가 시리다
☐ bị chảy máu mũi	Tại sao bị chảy máu mũi? 왜 **코피가 나지**? 동 bị chảy máu cam	코피가 나다
☐ bị bệnh	Em bị bệnh gì thế? 무슨 **병이에요**?	병에 걸리다
☐ khó thở	Vừa khó thở vừa chóng mặt quá. **숨 쉬기가 힘들고** 너무 어지러워요.	숨 쉬기 힘든
☐ X-quang	Chụp X-quang ở đâu? **X-ray**는 어디서 찍죠?	X-ray
☐ kiểm tra sức khỏe	Chúng ta phải kiểm tra sức khỏe một năm một lần. 우리는 반드시 1년에 한 번 **건강 검진**을 받아야 해요.	건강 검진
☐ béo phì	Béo phì không tốt cho sức khỏe. **비만**은 건강에 안 좋아요.	비만

☐ phẫu thuật thẩm mỹ	Phẫu thuật thẩm mỹ ở Hàn Quốc rất nổi tiếng. 한국의 **성형 수술**은 굉장히 유명합니다.	성형 수술
☐ sức khỏe	Món ăn gì tốt cho sức khỏe? **건강**에 좋은 음식이 무엇이 있죠?	건강
☐ ngủ đủ giấc	Ngủ đủ giấc thì chắc là đỡ hơn. **충분히 자면** 나아질 거예요.	숙면하다
☐ ăn uống đầy đủ	Ăn uống đầy đủ để tốt cho sức khỏe. 건강을 위해 **잘 먹고** 잘 마시는 게 중요해요.	잘 먹다
☐ thuốc	Em phải mua thuốc mà hiệu thuốc ở đâu? **약**을 사야 하는데 약국이 어디에 있죠?	약
☐ thuốc đau đầu	Cho tôi thuốc đau đầu nhé. **두통약** 좀 주세요.	두통약
☐ viên	Em phải uống mấy viên? 몇 **알** 먹어야 합니까?	알
☐ thuốc tiêu hóa	Cho tôi 2(hai) thuốc tiêu hóa. **소화제** 2개 주세요.	소화제
☐ thuốc tiêu chảy	Em cần thuốc tiêu chảy. **지사제**가 필요해요.	지사제

72

☐ thuốc dinh dưỡng	Anh uống thuốc dinh dưỡng nào? 어떤 **영양제**를 드세요? 동 thuốc bổ	영양제, 보약
☐ thuốc vitamin	Phải uống thuốc vitamin nhé. **비타민**을 꼭 챙겨서 드세요.	비타민
☐ thuốc chống muỗi	Cho tôi thuốc xịt muỗi và thuốc chống muỗi. 뿌리는 **모기약**과 바르는 **모기약**을 주세요.	모기약
☐ cấp cứu	Số điện thoại cấp cứu ở Việt Nam là 115(một một năm). 베트남 **응급실** 번호는 115입니다.	응급실
☐ nội khoa	Tôi muốn gặp bác sĩ nội khoa. **내과** 의사 선생님을 만나고 싶습니다.	내과
☐ khoa phụ sản	Khoa phụ sản ở đâu tốt và nổi tiếng tại Thành Phố Hồ Chí Minh? 호찌민 시에서 유명하고 좋은 **산부인과**는 어디죠?	산부인과
☐ nha khoa	Ở Việt Nam cũng có nha khoa ạ? 베트남에도 **치과**가 있나요?	치과
☐ khoa nhi	Con của mình đang bị bệnh nên mình sẽ đi khoa nhi. 제 아이가 아파서 **소아과**에 좀 다녀오려고요.	소아과

ngoại khoa

Nếu chữa bệnh ở ngoại khoa thì phải phẫu thuật à?

만약에 **외과**에서 진료를 받는다면 수술해야 합니까?

외과

---

khoa tiết niệu

Vì bị viêm đường tiết niệu nên anh ấy đã đi khoa tiết niệu rồi.

요로 결석 때문에 그는 **비뇨기과**에 다녀왔어요.

비뇨기과

---

khoa mắt

Tôi đã đi khoa mắt để kiểm tra thị lực.

시력 검사를 위해 **안과**에 갔어요.

안과

HCBA

CMDTR

NBHEZU

갑자기 병원에 가야 하는 경우, 약국에서 약을 사야 하는 경우 반드시 본인의 증상에 대해 자세하게 말해야 의사 혹은 약사에게 정확한 진단을 받을 수 있습니다.

'아프다'라는 동사는 'đau'이며 그 뒤에 아픈 신체 부위를 넣어 주면 됩니다. 예를 들어 '머리가 아프다'라는 표현은 'đau(아프다) + đầu(머리)'로 표현하면 됩니다.

베트남은 우리나라와 달리 의사들이 개인 진찰실을 개인 집에 마련해서 운영하는 것이 합법적으로 가능한 곳입니다. 그렇기 때문에 꼭 대학병원이나 큰 병원이 아니더라도 급한 경우 현지 로컬 병원에서 진찰을 받을 수 있습니다.

약국은 북쪽에서는 hiệu thuốc(히에우투옥), 남쪽에서는 nhà thuốc(냐 투옥)이라는 표현으로 씁니다. thuốc이라는 단어는 '약'이라는 뜻이며 thuốc 뒤에 아픈 부위를 더해서 말하면 필요한 약을 표현할 수 있습니다. 예를 들어 두통약의 경우 thuốc đầu라고 이야기해 주면 되겠죠?

> 실전 대화로
> 연습해 봅시다!

Ở hiệu thuốc (약국에서)

Dược sĩ(약사) : Em cần gì? 무엇이 필요합니까?

Bệnh nhân(환자) : Em thấy đau đầu quá. 머리가 너무 아파요.

Dược sĩ : Thế à? Đây là thuốc đau đầu. Sau khi ăn cơm, em uống 2 viên
  nhé. 그래요? 이것은 두통약입니다. 식사하신 후, 2알 드세요.

Bệnh nhân : Dạ cảm ơn nhiều ạ. 네, 감사합니다.

Ở bệnh viện (병원에서)

Bác sĩ(의사) : Em bị bệnh gì vậy? 어디가 불편하세요?

Bệnh nhân : Em đau bụng từ tối hôm qua. 어제저녁부터 배가 아파요.

1 다음을 보고 적절한 증상을 쓰세요.

①   ②   ③

(   )   (   )   (   )

2 다음을 알맞게 연결하세요.

① đầu   •   • khó tiêu hóa

② bụng •   • mệt mỏi

③ cơ thể •   • đau đầu

3 다음 중 아픈 증상을 올바르게 표현한 것을 고르세요.

① chóng mặt   ② ăn cơm   ③ buồn ngủ   ④ thuốc cảm

---

4 감정 / 성격

□ tình cảm	Tôi có nhiều tình cảm với anh ấy. 나는 그에게 많은 **감정**을 느낀다.	감정, 정감
□ tính cách	Tính cách của anh ấy thế nào? 그의 **성격**은 어때요? 동 tính tình	성격
□ vui (vẻ)	Hôm nay rất vui. 오늘 굉장히 **기쁘네요**. 참고 vẻ는 생략 가능	기쁘다
□ buồn (bã)	Đừng buồn nhé. **슬퍼하지** 말아요. 참고 bã는 생략 가능	슬프다, 우울하다
□ thú vị	Tiếng Việt hơi khó nhưng thú vị lắm. 베트남어는 다소 어렵지만 매우 **재미있어요**.	재미있다
□ hạnh phúc	Gia đình của mình rất hạnh phúc. 우리 가족은 매우 **행복해요**.	행복하다
□ bất hạnh	Em có bất hạnh không? 당신은 **불행한가요**?	불행하다
□ tiếc	Hôm nay có hẹn nên tiếc là không thể đi liên hoan được. 약속이 있어서 **아쉽지만** 오늘 회식에는 못 갈 듯합니다.	안타깝다; 섭섭한, 아쉬운
□ tức	Tức quá vậy. 너무 **짜증나**!	짜증나다

giận	Giận chết mất. 화나 죽겠어!	화나다
thiếu kiên nhẫn	Chị ấy thiếu kiên nhẫn. 그녀는 **참을성이 없어요**.	참을성 없는
kiên nhẫn	Anh ấy kiên nhẫn. 그는 **인내심이 강해요**. 동 nhẫn nại	인내심이 강한
lười	Sao lười quá vậy? 왜 이렇게 **게을러요**?	게으른

lạnh lùng	Lạnh lùng quá nên em không thể nói gì. 너무 **냉정해서** 무슨 말을 해야 할지 모르겠어요.	냉정한
thận trọng	Em hãy hành động một cách thận trọng nhé. **신중하게** 행동하세요.	신중한
đa cảm	Ba em rất đa cảm. 저희 아버지는 **다정다감하십니다**.	다정다감한
nhiệt tình	Giáo viên của mình dạy nhiệt tình lắm. 저희 베트남어 선생님은 **열정적으로** 가르칩니다.	열정적인
sợ	Tôi sợ vợ nhất. 제 와이프가 가장 **무서워요**.	무서운

ngại	Hôm nay gặp lần đầu nên hơi ngại. 오늘 처음 만나서 조금 **낯설어요**.	두려운, 낯선
căng thẳng	Đừng (bị) căng thẳng nhé. **긴장하지** 말아요, 스트레스 받지 말아요.	긴장한
xấu hổ	Em có biết xấu hổ không? **창피한** 줄은 아니?	창피하다
mắc cỡ	Em mắc cỡ quá. 너무 **부끄러워요**.	부끄러워하다
nhút nhát	Em nhút nhát quá vậy. 너는 너무 **소심해**!	소심한
tham lam	Sự tham lam và niềm hạnh phúc không thể đi cùng nhau được nên phải bỏ sự tham lam. **욕심**과 행복은 함께 할 수 없으니 **욕심**을 버려요.	욕심 있는
vui tính	Em là một người vui tính quá. 너는 정말 **쾌활한** 아이구나!	쾌활한, 활기찬
khó tính	Giám đốc đó khó tính lắm. 그 사장님은 매우 **까칠하셔요**.	까칠한
trung thực	Em thích một người trung thực. 저는 **정직한** 사람이 좋아요. 동 ngay thẳng	정직한

□ hay	Càng học tiếng Việt càng hay.	즐거운,
🖉	베트남어 공부는 하면 할수록 **즐거워요**.	잘하는

□ tính cách ôn hòa	Tính cách ôn hòa quá.	온순한
	성격이 굉장히 **온순하네요**.	

□ hiền	Vấn đề của chị ấy là quá hiền.	착한
	그녀는 너무 **착해서** 문제예요.	
	동 hiền lành	

□ ít nói	Một người ít nói quá thì không hay lắm.	과묵한
	너무 **과묵한** 사람은 재미없어요.	

□ nhiều chuyện	Em không thích một con trai nói nhiều và nhiều chuyện.	수다스러운
	저는 **말 많은** 남자는 싫어요.	
	동 nói nhiều	

□ ấm áp	Anh ấy ấm áp với mọi người.	자상한
	그는 모든 사람들에게 **자상해요**.	

□ năng động	Tôi thích một người năng động.	활동적인
	저는 **활동적인** 사람이 좋아요.	

□ ngoan cố	Bạn gái của mình rất ngoan cố.	고집불통의
	저의 여자 친구는 **고집불통이에요**.	
	동 cố chấp	

80

☐ thông minh

Em gái của mình rất thông minh.

내 여동생은 매우 **똑똑해요**.

총명하다,
똑똑하다

☐ nóng tính

Anh ấy rất nóng tính.

그는 굉장히 **성미가 급해요**.

성미가
급한,
성급한

일반적으로 감정이나 성격 표현은 형용사에 해당하는 표현입니다.

베트남 친구를 사귀고 그 사람에 대해서 이야기를 할 때 '그 사람은 굉장히 친절해, 착해, 쾌활한 성격이야' 등 다양하게 이야기할 수 있는데요. '3인칭 주어 + 성격(예: anh ấy vui tính)'으로 표현하면 됩니다.

> 실전 대화로
> 연습해 봅시다!

Thanh : Bạn nghĩ, Loan thế nào?   네가 생각하기에 로안은 어때?

Mai :   Mai nghĩ, Loan rất đẹp.   내 생각에 로안은 매우 예뻐.

Thanh : Đồng ý. Nhưng tính cách thế nào?   동의해. 하지만 성격은 어때?

Mai :   Tính cách hả? vừa vui tính vừa rất hiền.   성격? 쾌활하고 매우 착하지.

1 다음을 보고 어떠한 감정인지 알맞은 표현을 쓰세요.

① 기쁘다. ② 슬프다. ③ 무섭다.

(   )   (   )   (   )

2 다음 빈칸에 알맞은 표현을 쓰세요.

① Tiếng Việt hơi khó nhưng _____ lắm.

베트남어는 다소 어렵지만 매우 재미있어요.

② Anh ấy _____. 그는 인내심이 강해요.

③ Sao _____ quá? 왜 이렇게 게을러요?

④ Em _____ quá vậy. 너는 너무 소심해!

3 반대되는 의미끼리 연결하세요.

① sợ   •   • khó tính

② vui tính •   • đa cảm

③ buồn   •   • vui

정답

1 ① vui   ② buồn   ③ sợ

2 ① thú vị(=hay)   ② kiên nhẫn   ③ lười   ④ nhút nhát

3 ① đa cảm   ② khó tính   ③ vui

☐ ăn	(Anh) ăn cơm chưa? (남성에게) **식사하셨어요?**	먹다
☐ uống	Em muốn uống gì? 무엇을 **마시고** 싶어요?	마시다
☐ ngủ	Tôi muốn ngủ. **자고** 싶어요.	자다
☐ đi	Tôi đang đi về nhà. 집에 **가는** 중입니다.	가다
☐ đến	Chị đến chưa? **도착했나요?** 동 tới	오다, 도착하다
☐ xem	Tôi muốn xem phim. 저는 영화를 **보고** 싶어요. 동 coi	보다 (watch)
☐ nhìn	Cô ấy càng nhìn càng xinh. 그녀는 **보면** 볼수록 아름다워요. 동 thấy, nhìn thấy	보다 (see)
☐ suy nghĩ	Em đã suy nghĩ chưa? **생각해** 봤어요?	생각하다
☐ học	Tôi đã học tiếng Việt được 3 tháng rồi. 저는 3개월 동안 베트남어 **공부**를 했어요.	공부하다

hiểu	Anh hiểu chị ấy không? 당신은 그녀를 **이해하나요?**	이해하다
biết	Anh có biết ai là diễn viên nổi tiếng của Hàn Quốc không? 당신은 한국의 유명한 배우를 **아시나요?**	알다
thích	Anh thích ca sĩ nào? 당신은 어떤 가수를 **좋아하나요?**	좋아하다
muốn	Anh muốn ăn gì? 무엇을 드시고 **싶으세요?**	원하다
chán	Trời ơi, chán thế. 아, 너무 **지루해요.**	지루하다, 심심하다
ghen tị	Đừng ghen tị nhé. **질투하지** 말아요. 동 ganh tỵ	질투하다
gặp	Chúng ta gặp ở đâu? 우리 어디서 **만날까요?**	만나다
nghe	Tôi thích nghe nhạc. 저는 음악 **듣는** 것을 좋아해요.	듣다
viết	Mỗi ngày tôi viết nhật ký. 저는 매일 일기를 **씁니다.**	쓰다

□ đọc	Tôi thích đọc sách. 저는 책 읽는 것이 좋아요.	읽다

□ giải thích	Cô giải thích lại giùm em được không ạ? 선생님, 다시 **설명해** 주실 수 있으세요?	설명하다, 해석하다

□ giới thiệu	Anh hãy giới thiệu về Việt Nam. 베트남에 대해서 **소개해** 주세요.	소개하다

□ vội vàng	Vì rất nguy hiểm nên đừng vội vàng. 굉장히 위험하니 **서두르지** 마세요.	서두르다

□ gửi	Em đã gửi e-mail chưa? 이메일 **보내셨어요**?	보내다

□ hát	Em thích hát không? **노래 부르는** 것을 좋아해요?	노래 부르다

□ nhảy	Chúng ta đi nhảy nhé? **춤추러** 갈래요?	춤추다

□ làm việc	Em làm việc ở đâu? 어디서 **일합니까**?	일하다

□ hành động	Tôi nghĩ hành động đó không đúng. 그 **행동은** 맞지 않다고 생각해요.	행동하다

□ mặc	Tôi mặc thử được không? **입어** 봐도 될까요?	입다

☐ mang	Tôi mang thử được không? **신어** 봐도 될까요?	신다
☐ xịt	Tôi muốn xịt nước hoa này. 저는 이 향수를 **뿌려** 보고 싶어요.	뿌리다
☐ bôi	Kem này bôi ở đâu? 이 크림은 어디에 **바르는** 건가요?	바르다
☐ đeo	Cái nhẫn này em có thể đeo thử được không ạ? 이 반지를 **껴** 봐도 되나요?	끼다
☐ tháo	Tháo cái đồng hồ trước nhé. 시계를 먼저 **푸세요.**	풀다
☐ chửi	Đừng chửi bố mẹ. 부모님을 **욕하지** 마세요.	욕하다
☐ chúc mừng	Chúc mừng sinh nhật. 생일 **축하해요.**	축하하다
☐ đi công tác	Tôi phải đi công tác ở Việt Nam. 베트남으로 **출장을 가야만** 해요.	출장 가다
☐ đặt	Đặt khách sạn chưa? 호텔을 **예약하셨나요?**	예약하다

□ gọi	1) Em đã gọi điện thoại chưa?	걸다,
	전화 **걸어** 봤어요?	부르다
	2) Anh gọi tắc-xi giùm tôi nhé.	
	택시를 **불러** 주세요.	
	동 kêu 부르다, 소리치다	

□ nghe máy	Không nghe máy.	전화 받다
	전화를 안 **받아요**.	
	동 nhấc máy, bắt máy	

| □ bật[북] | Bật máy điều hòa giúp em nhé. | 켜다 |
| | 에어컨 좀 **켜** 주세요. | |

| □ mở[남] | Mở cửa giùm tôi nhé. | 열다, 켜다 |
| | 문 좀 **열어** 주세요. | |

| □ tắt | Tắt máy lạnh giùm tôi nhé. | 끄다 |
| | 에어컨 좀 **꺼** 주세요. | |

| □ đóng | Đóng cửa giùm tôi. | 닫다 |
| | 문 좀 **닫아** 주세요. | |

| □ bị mắng | Em đã bị mắng. | 혼나다 |
| | 엄마한테 **혼났어요**. | |

| □ bị đánh | Em đã đánh em ấy hả? | 때리다 |
| | 너가 그 아이를 **때린** 거야? | |

| □ thức dậy | Tôi thường thức dậy lúc 7 giờ sáng. | 일어나다 |
| | 저는 보통 아침 7시에 **일어나요**. | |

☐ **rửa**

Em đã rửa chưa?
씻었니?

씻다

☐ **buồn ngủ**

Hôm qua em đã không ngủ được nên buồn ngủ quá.
어제 잠을 못 잤더니 너무 **졸려요**.

졸리다

☐ **gội đầu**

Gội đầu cho khách (anh, chị) nhé?
(미용실에서 손님에게) **샴푸해** 드릴까요?

머리 감다

☐ **tắm**

Vì rất nóng nên mình muốn tắm.
너무 더워서 **샤워하고** 싶어요.

샤워하다

☐ **mua**

Em đã mua cái gì?
어떤 것을 **샀어요**?

사다

☐ **bán**

Tôi muốn bán cái máy vi tính cũ này.
이 오래된 컴퓨터를 **팔고** 싶어요.

팔다

☐ **nhận**

Em đã nhận tiền chưa?
돈 **받았어요**?

받다

☐ **cho**

Cho tôi cái này nhé.
이것을 (저에게) **주세요**.

주다

☐ **tự sát**

Nghệ sĩ đó đã tự sát rồi.
그 연예인은 **자살했대요**.
통 tự chết

자살하다

☐ chết	Em muốn chết hả? 죽을래?(장난칠 때 많이 사용하는 말)	죽다
☐ sống	Tôi sống ở Thành Phố Seoul. 저는 서울에서 **살아요**.	살다
☐ bị phạt	Vì em không đội mũ bảo hiểm nên đã bị phạt. 헬멧을 쓰지 않아서 **벌금을 냈어요**.	벌금 내다
☐ lên xe	Sếp ơi, mời lên xe ạ. 사장님, **타세요**.	차에 타다
☐ đứng	Em hãy đứng lên nhé. **일어나** 보세요.	일어서다
☐ ngồi	Mời ngồi ạ. **앉으세요**.	앉다
☐ mất	1) Em đã bị mất cái ví rồi. 지갑을 **잃어버렸어요**. 2) Từ Hàn Quốc đến Việt Nam mất khoảng 5 tiếng. 한국에서 베트남까지 약 5시간 정도 **걸려요**.	잃어버리다, 시간이 걸리다
☐ hối hận	Anh có hối hận về việc đó không? 그 일을 **후회하십니까**?	후회하다, 뉘우치다
☐ thức khuya	Vì có nhiều việc nên đã thức khuya. 일이 너무 많아서 **밤을 새웠어요**.	밤을 새우다

☐ chạy	Em ấy đang chạy 100 mét. 그 아이는 100미터 **달리기** 중입니다.	달리다
☐ đi bộ	Tôi muốn đi bộ. 저는 조금 **걷고** 싶어요.	걷다
☐ họp	Cuộc họp hôm nay là mấy giờ ạ? 오늘 **회의**는 몇 시입니까? 참고 cuộc họp 회의	회의하다
☐ vẽ	Tiếng Thái Lan giống như vẽ tranh. 태국어 글씨는 그림을 **그리는** 것 같아요.	그리다
☐ nghỉ	Tôi muốn nghỉ ở nhà. 저는 집에서 **쉬고** 싶어요. 동 nghỉ ngơi	쉬다
☐ cười	Cười đi! **웃어요**!	웃다
☐ mỉm cười	Khi chị ấy mỉm cười thì đẹp nhất. 그녀는 **미소 지으며** 웃을 때 가장 예뻐요.	미소 짓다
☐ khóc	Đừng khóc nhé. **울지** 말아요.	울다
☐ luyện tập	Bạn đã luyện tập chưa? **연습했나요**?	연습하다

☐ chuẩn bị	Em đã chuẩn bị chưa? **준비됐나요?** 동 sẵn sàng Tôi luôn luôn sẵn sàng giúp đỡ bạn. 저는 당신을 도울 **준비**가 항상 되어 있습니다. 참고 sẵn sàng은 형용사로 '준비하는'이라는 뜻도 가능 하고, '만전의 준비를 하다'라는 동사도 가능하다.	준비하다
☐ giữ gìn	Em rất cố gắng để giữ gìn sắc đẹp. 아름다움을 **유지하기** 위해 엄청 노력해요.	유지하다
☐ xuống	Bạn xuống tầng 1 nhé. 1층으로 **내려가세요.**	내려가다
☐ lên	Bạn hãy lên tầng 10 nhé. 10층으로 **올라가세요.**	올라가다
☐ lấy	Em đã lấy được cơ hội rồi. 저는 기회를 **얻었어요.** 동 đạt	얻다, 획득하다
☐ khen	Em đã được cô giáo khen. 저는 선생님으로부터 **칭찬을** 받았어요.	칭찬하다
☐ có	Bạn có người yêu chưa? 애인이 **있으세요?**	있다
☐ không có	Tôi không có thuốc lá. 저는 담배를 가지고 있지 **않습니다.**	없다

☐ chưa có	Em chưa có người yêu. 저는 **아직** 애인이 **없습니다.**	아직 없다
☐ đi thăm	Cuối tuần em đã đi thăm nhà ông bà rồi. 주말에 저는 할아버지, 할머니 댁에 **방문했어요.**	방문하다
☐ chiếu	Nghe nói vào tối nay ở rạp chiếu phim chiếu phim mới đó. 오늘 저녁에 그 영화관에서 새로운 영화를 **상영한대요.**	상영하다
☐ ra	Chị ấy mới đi ra ngoài rồi. 그녀는 방금 **나갔어요.**	나가다
☐ vào	Anh đã vào nhà chưa? 집에 **들어갔나요?**	들어가다
☐ ôn tập	Các bạn ơi, các bạn đã ôn tập chưa? 여러분, **복습했어요?**	복습하다
☐ trả lời	Sao không trả lời? 왜 **대답을** 안 해요?	대답하다
☐ câu hỏi	Em có câu hỏi ạ. **질문이** 있습니다.	질문하다
☐ thắc mắc	Em chỉ thắc mắc thôi. Đừng hiểu lầm nhé. 저는 단지 **궁금했을** 뿐이에요. 오해하지 마세요.	궁금하다

☐ giảng	Tôi đang giảng tiếng Việt ở trung tâm ngoại ngữ. 저는 외국어센터에서 베트남어를 **강의합니다**.	강의하다
☐ bay	Con chim đó đang bay trên trời. 저 새는 하늘을 **날고** 있어요.	날다
☐ về	Tôi muốn đi về nhà. 저는 집에 **가고** 싶습니다. 참고 한국어로 '집에 가다'는 베트남어로 '집으로 돌아가다'라는 표현으로 씁니다.	돌아가다
☐ trở lại	Tôi muốn quay trở lại quá khứ. 과거로 **되돌아가고** 싶어요.	되돌아오다, 되돌아가다
☐ chơi	Em rất thích chơi với bạn. 저는 친구와 함께 **노는** 것이 너무 좋아요.	놀다
☐ đóng vai	Diễn viên đó đóng rất hay. 그 배우는 **연기를** 매우 잘해요.	연기하다
☐ ganh tỵ	Chị ấy mua nhà rồi à? Ganh tỵ quá. 그녀가 집을 샀대요? **부럽네요**. 동 ghen tị	부럽다, 질투하다
☐ đúng	Ý kiến của em là đúng. 너의 의견이 **맞아**.	맞다
☐ sai	Em làm sai rồi. 너의 행동은 **틀렸어**.	틀리다

☐ **phải**	Em phải làm việc ở Việt Nam. 저는 **반드시** 베트남에서 일**해야만 해요.**	반드시 ~ 해야 하다
☐ **bắt buộc**	Tại sao bắt buộc? 왜 **강요하시나요?**	강요하다
☐ **chia tay**	Em đã chia tay với người yêu chưa? 당신은 애인과 **헤어졌나요?**	이별하다
☐ **yêu**	Anh yêu em. (남자가 여자에게) **사랑합니다.** 참고 여자가 남자에게 말할 때는 'Em yêu anh.'	사랑하다
☐ **kính trọng**	Em kính trọng thầy giáo đó. 저는 그 (남자) 선생님을 **존경해요.**	존경하다
☐ **tôn trọng**	Tổng thống đó tôn trọng dư luận. 그 대통령은 여론을 **존중합니다.**	존중하다
☐ **nhập viện**	Bà em đã nhập viện nên em phải đến bệnh viện. 할머니가 **입원하셔서** 병문안을 가야 합니다. 동 vào viện	입원하다
☐ **ra viện**	Bà em mới ra viện rồi ạ. 저희 할머니는 막 **퇴원하셨습니다.** 동 xuất viện	퇴원하다

báo cáo	Em báo cáo cho giám đốc chưa? 사장님에게 **보고했습니까?**	보고하다
thông báo	Em sẽ thông báo lại. 제가 다시 **통보해** 드리겠습니다.	통보하다
làm	Em muốn làm món kim-chi. 저는 김치를 **만들고** 싶어요.	만들다
tặng quà	Anh muốn tặng quà cho em. 저는 당신에게 **선물하고** 싶어요.	선물하다
thành công	Em muốn thành công ở Việt Nam. 저는 베트남에서 **성공하고** 싶어요.	성공하다
nhớ	1) Em nhớ bố mẹ. 　저는 부모님이 **보고 싶어요.** 2) Em nhớ quê. 　저는 고향이 **그리워요.**	보고 싶다, 그립다, 기억하다
hiểu lầm	Em hiểu lầm rồi. 제가 **오해했습니다.**	오해하다
nhầm	Xin lỗi, em nhầm số rồi. 죄송합니다. 번호를 **착각했습니다.**	헷갈리다, 착각하다
1) 동사 + xong 2) kết thúc + 동사	1) Em làm việc xong chưa? 　일 **끝났나요?** 2) Khi nào công việc kết thúc? 　언제 일이 **끝나요?**	끝나다

96

☐ cắt	Tôi muốn cắt tóc. 저는 머리를 **자르고** 싶어요.	자르다
☐ hâm mộ	Anh hâm mộ em lắm. (남자가 여자에게) 저는 당신을 **흠모합니다**.	애호하다, 흠모하다
☐ chọn	Em chọn đi. Em muốn ăn gì? 너가 **골라 봐**. 무엇이 먹고 싶니?	선택하다
☐ tìm	Em đang tìm điện thoại của mình. 저는 제 핸드폰을 **찾고** 있어요.	찾다

베트남어 입문부터 고급 어휘를 사용할 때까지 동사는 절대 빠지지 않는 영역 중에 하나인데요. 일상생활에서 접하는 단어를 미리 외워 두면 유용하게 사용할 수 있을 것입니다.

이때 한 가지 짚고 넘어갈 것은 동사의 갯수입니다. 베트남어를 학습하는 사람들 중 '한 문장 안에 동사가 여러 개 나와도 됩니까?'라고 질문하는 경우가 많이 있습니다. 일단 대답은 '그렇다'입니다. 예를 들어 'Tôi muốn đi học tiếng Việt(저는 베트남어를 공부하러 가고 싶습니다).'이라는 문장을 보면 'muốn 원하다 / đi 가다 / học 공부하다'처럼 한 문장에 3개의 동사가 있습니다. 그럼에도 불구하고 일상적으로 정말 많이 쓰이는 문장 중에 하나이죠.

이처럼 문장 안에 다양한 동사가 들어가도 전혀 문제되지 않는다는 점 기억하고 사용하면 좋을 듯합니다.

> 실전 대화로
> 연습해 봅시다!

(đi) 가다

Mai : Anh đi đâu? 어디 가세요?

Thành : Tôi đi học tiếng Việt. 저는 베트남어 공부하러 가요.

Mai : Còn anh đi đâu? 그럼 당신은 어디 가세요?

Thành : Tôi đi xem phim. 저는 영화를 보러 가요.

(ăn/uống) 먹다/마시다

Thành : Chị muốn ăn gì? 무엇이 먹고 싶어요?

Mai : Tôi muốn ăn phở. 저는 쌀국수가 먹고 싶어요.

Thành : Chị muốn uống gì? 무엇을 마시고 싶어요?

Mai : Tôi muốn uống bia. 저는 맥주를 마시고 싶어요.

1 다음 빈칸에 알맞은 표현을 골라 쓰세요.

① 지루하다	② 듣다	③ 서두르다

2 의미가 반대되는 동사를 쓰세요.

① mở ↔ _____

② thức dậy ↔ _____

③ bán ↔ _____

④ có ↔ _____

3 다음 중 동사가 <u>아닌</u> 것을 고르세요.

① thích   ② muốn   ③ yêu   ④ đẹp

4 다음 빈칸에 알맞은 표현을 쓰세요.

① Tôi muốn _____. 저는 걷고 싶어요.

② Tôi _____ thuốc lá. 저는 담배를 가지고 있지 않습니다.

③ _____ cửa giùm tôi nhé. 창문 좀 열어 주세요.

④ Đừng _____ nhé. 질투하지 말아요.

---

1 ① chán   ② nghe   ③ vội vàng
2 ① đóng   ② ngủ   ③ mua   ④ không có
3 ④
4 ① đi bộ   ② không có   ③ mở   ④ ghen tị

일상

☐ hôm kia

Hôm kia **em đã về nước.**
그저께 귀국했어요.

그저께

☐ hôm qua

Hôm qua **em đã làm gì thế?**
어제 당신은 무엇을 했나요?

어제

☐ hôm nay

Hôm nay **em sẽ làm gì?**
오늘 뭐 할 거예요?
참고 sáng nay 오늘 아침

오늘

☐ ngày mai

Ngày mai **em sẽ gặp bạn ở công viên.**
내일 친구와 공원에서 만날 거예요.
참고 tối mai 내일 저녁

내일

☐ ngày kia

Ngày kia **em có thi.**
내일모레 시험이 있어요.

내일모레

☐ bây giờ

Bây giờ **là mấy giờ?**
지금은 몇 시입니까?

지금

☐ hiện nay

Hiện nay **Việt Nam càng ngày càng phát triển.**
현재 베트남은 나날이 발전하고 있어요.

현재

☐ dạo này

Dạo này **thế nào?**
요즘 어때요?

요즘

☐ mới

Em mới **ăn cơm rồi.**
방금 밥을 먹었어요.

방금

□ đã	Tôi đã học tiếng Việt rồi. 저는 베트남어 공부를 **했어요**.	과거 시제 (문미에 rồi를 붙여 과거 완료로 씀)
□ đang	Em đang làm gì? 너는 지금 뭐 **하니**?	현재 시제
□ sắp	Em sắp tới nhà. 나는 **곧** 집에 도착해요.	곧
□ sẽ	Tôi sẽ làm việc ở Việt Nam. 저는 베트남에서 일**할 거예요**.	미래 시제
□ ngay	Em sẽ vào nhà ngay. 지금 **바로** 집에 들어갈게요.	즉시, 바로
□ lần đầu tiên	Lần đầu tiên nên em đã không biết rõ. **처음**에는 잘 몰랐어요.	처음
□ cuối cùng	Cuối cùng, em hỏi một cái nữa nhé. **마지막**으로 하나만 더 물어볼게요.	마지막
□ buổi sáng	Buổi sáng mà cũng nóng quá hả? **아침**에도 덥나요?	아침, 오전, 새벽
□ buổi trưa	Buổi trưa chúng ta gặp nhau được không? **점심** 때 만날 수 있어요?	점심
□ buổi chiều	Anh có thời gian vào buổi chiều không? **오후**에 시간 괜찮아요?	오후

☐ buổi tối	Buổi tối tôi sẽ đi dạo. 저녁에 산책할래요.	저녁
☐ ban đêm	Ban đêm cảnh đêm đẹp hơn. 야경이 더 아름다워요.	밤
☐ tuần trước	Tuần trước em đã mua điện thoại mới rồi. 지난주에 핸드폰을 새로 샀어요.	지난주
☐ tuần này	Tuần này chắc là bận lắm. 이번 주에는 바쁠 것 같아요.	이번 주
☐ tuần sau	Tuần sau thế nào? 다음 주 어때요?	다음 주
☐ tháng trước	Tháng này nóng hơn tháng trước. 지난달보다 이번 달이 더 더워요.	지난달
☐ tháng này	Tháng này chắc là rảnh hơn. 이번 달에는 좀 더 한가할 것 같아요.	이번 달
☐ tháng sau	Tháng sau tôi rất bận. 다음 달에는 매우 바빠요.	다음 달
☐ năm trước	Năm trước, tôi đã đi du lịch ở Việt Nam rồi. 작년에 베트남 여행을 갔다 왔어요. 동 năm qua, năm ngoái	작년

☐ **năm nay**	Năm nay em sẽ đi Việt Nam. **올해** 베트남에 갈 거예요.	올해
☐ **năm sau**	Năm sau em phải chuyển nhà. **내년**에 이사해야 합니다. **동** sang năm	내년
☐ **mỗi ngày**	Mỗi ngày em tập thể dục. 저는 **매일** 운동해요. **동** hàng ngày, hằng ngày	매일
☐ **ngày**	Hôm nay là ngày 5 tháng 12. 오늘은 12월 5**일**입니다.	일
☐ **tháng**	1) Tháng này là tháng 1. 이번 달은 1**월**입니다. 2) Tôi học tiếng Việt được 3 tháng rồi. 저는 베트남어를 공부한 지 3**개월** 되었습니다.	월, 개월
☐ **năm**	Sinh năm của tôi là năm 1989. 저는 1989**년**생입니다.	년(年)
☐ **một lần**	Em đã đi Việt Nam một lần rồi. 저는 베트남에 **한 번** 가 봤어요.	한 번, 일 회
☐ **thứ nhất**	1) Em ấy là sinh viên năm thứ nhất. 그 사람은 대학교 1학년입니다. 2) Em lo lắng quá. Thứ nhất là tiền còn thứ hai là gia đình. 저는 걱정이 있어요. **첫 번째**는 돈이고 두 번째는 가족입니다.	첫 번째, 제일

☐ luôn luôn	Tôi luôn luôn đi ngủ lúc 12 giờ đêm. 저는 **항상** 밤 12시에 자요.	항상
☐ hay	Tôi hay đi về quê. 저는 **자주** 고향에 갑니다.	자주
☐ thường	Tôi thường ăn tối lúc 7 giờ. 저는 **보통** 7시에 저녁 식사를 합니다.	보통
☐ thỉnh thoảng	Gia đình tôi thỉnh thoảng đi karaoke. 저희 가족은 **가끔** 노래방에 가요.	가끔, 때때로
☐ ít khi	Tôi ít khi đọc sách. 저는 **거의** 책을 읽지 **않아요**.	드물게, 거의 ~하지 않는다
☐ thời gian	Tối nay có thời gian không? 오늘 저녁에 **시간** 돼요?	시간
☐ giờ	Bây giờ là 3 giờ. 지금은 3**시**입니다.	시
☐ phút	Mất khoảng 30 phút. 30**분** 정도 걸려요.	분
☐ rưỡi	Đó là một trăm rưỡi đấy. 그것은 15만 동입니다.	반, 절반
☐ ~ giờ rưỡi	Bây giờ là một giờ rưỡi. 지금은 1**시 반**입니다.	~시 반

~giờ chiều	2 giờ chiều em có phỏng vấn. 오후 2시에 면접이 있어요.	오후~시

1 tiếng	Từ nhà tôi đến công ty mất khoảng 1 tiếng bằng xe buýt. 집에서부터 회사까지 버스로 **1시간** 정도 걸려요.	1시간

thời gian ngủ trưa	Ở Việt Nam có thời gian ngủ trưa. 베트남에는 보통 **낮잠 시간**이 있어요.	낮잠 시간

gần đây	Gần đây tôi đã chia tay rồi. **최근**에 이별했어요.	최근

khi	Khi rảnh, tôi thường nghỉ ở nhà. 한가**할 때** 저는 보통 집에서 쉽니다.	~할 때

ngày nghỉ	Ngày nghỉ, tôi không muốn làm gì. **휴일**에는 아무것도 하고 싶지 않아요.	휴일

nghỉ hè	Nghỉ hè này, tôi sẽ đi Việt Nam. 이번 **여름 방학**에 베트남에 갈 거예요.	여름 방학

thứ	Hôm nay là thứ mấy? 오늘은 무슨 **요일**입니까?	요일

thứ hai	Hôm nay là thứ hai. 오늘은 **월요일**입니다.	월요일

thứ ba

Hôm qua là thứ ba.
어제는 **화요일**이었습니다.

화요일

thứ tư

Ngày mai là thứ tư phải không?
내일은 **수요일** 맞죠?

수요일

thứ năm

Thứ năm em sẽ làm gì?
목요일에 뭐 해요?

목요일

thứ sáu

Tối thứ sáu gặp lại nhé.
금요일 저녁에 다시 만나요.

금요일

thứ bảy

Chúng ta đi chơi vào thứ bảy nhé.
우리 **토요일**에 놀러 가요.

토요일

chủ nhật

Em thường đi thăm nhà ông bà vào chủ nhật.
저는 보통 **일요일**에 할아버지, 할머니 댁을 방문합니다.

일요일

108

월, 개월을 표현하는 단어는 tháng입니다. 이때 '숫자 + tháng'으로 쓰면 기간을 나타내는 '개월'이 됩니다. 예를 들어 1 tháng은 1개월입니다. 반대로 'tháng + 숫자'는 '월'을 나타냅니다. 즉 tháng 1은 '1월'이 되는 거죠. 이때 4월을 나타낼 때 tháng bốn 이라고 하는 것보다 tháng tư를 더 많이 사용한다는 점을 기억해 두면 좋습니다.

일, 날짜를 표현하는 단어는 ngày입니다. '숫자 + ngày'로 쓰면 기간을 나타내는 '며칠'이 됩니다. 예를 들어 1 ngày의 경우 '하루'를 나타냅니다. 반대로 ngày 1의 경우 '1일'을 나타내죠. 그래서 1월 1일은 ngày 1 tháng 1이 됩니다.

마지막으로 요일은 thứ라는 표현을 사용하는데 thứ라는 단어는 여러 가지 뜻이 있습니다. 첫 번째로 서수 표현으로 사용 가능하며[첫 번째(thứ nhất), 두 번째(thứ hai)] 두 번째로 요일의 의미가 있는데요. 베트남은 서양식 요일을 따라서 '일, 월, 화, 수, 목, 금, 토'의 순서대로 표기합니다. 그렇기 때문에 일요일은 chủ nhật이며 월요일부터는 thứ hai라고 표기하고 숫자를 더해서 표현합니다.

예 [한국어]   오늘   아침   =   오늘 아침

  [베트남어] 아침(buổi sáng)   오늘(hôm nay)   =   sáng nay

이때, buổi, hôm은 생략 가능합니다.

시제는 '근접 과거(mới) 〉 과거(đã) 〉 현재 시제(đang) 〉 근접 미래(sắp) 〉 미래(sẽ)' 순으로 기억하면 좋습니다.

> 실전 대화로
> 연습해 봅시다!

Thanh : Tối nay bạn sẽ làm gì? Bạn xem phim với mình không?
        오늘 저녁에 뭐 해요? 저와 영화 보실래요?

Mai :   Xin lỗi. Tối nay mình sẽ uống bia với bạn.
        미안해요. 오늘 저녁에 저는 친구와 맥주를 마실 거예요.

Thanh : Ngày mai thế nào?   내일은 어떠세요?

Mai :   Tốt quá. Tối mai chúng ta đi xem phim nhé.
        좋아요. 내일 저녁에 같이 영화 봐요.

1 다음 중 알맞게 연결된 것을 고르세요.

① 일요일 – chủ nhật 　　　　　 ② 월요일 – thứ một

③ 수요일 – thứ bốn 　　　　　 ④ 금요일 – thứ bảy

2 다음을 베트남어로 쓰세요.

① 저는 베트남어를 공부한 지 3개월 되었습니다.

_____

② 이번 주에는 바쁠 것 같아요.

_____

③ 오늘 아침 저는 8시에 일어났어요.

_____

④ 내일 저녁에 영화 볼래요?

_____

3 다음 빈칸에 알맞은 시제 표현을 쓰세요.

① Em _____ ăn cơm rồi. 　방금 막 밥을 먹었어요.

② Tôi _____ học tiếng Việt _____. 　저는 베트남어 공부를 했어요.

③ Em _____ làm gì? 　너는 지금 뭐 하니?

④ Em _____ tới nhà. 　나는 곧 집에 도착해요.

⑤ Tôi _____ làm việc ở Việt Nam. 　저는 베트남에서 일할 거예요.

1 ①

2 ① Tôi học tiếng Việt được 3 tháng rồi 　② Tuần này chắc là bận lắm.
　③ Sáng nay em đã thức dậy lúc 8 giờ. 　④ Tối mai chúng ta đi xem phim không?

3 ① mới 　② đã...rồi 　③ đang 　④ sắp 　⑤ sẽ

2 취미

☐ sở thích

Sở thích của bạn là gì?
너의 **취미**는 무엇이니?

취미

☐ thể thao

Người yêu của tôi rất thích thể thao như bơi, bôling.
제 애인은 수영이나 볼링같은 **스포츠**를 매우 좋아합니다.

스포츠

☐ đọc sách

Mỗi buổi tối, tôi đọc sách.
저는 저녁마다 **독서를 합니다**.

독서하다

☐ đi du lịch

Tháng sau tôi sẽ đi du lịch ở Nhật Bản.
저는 다음 달에 일본으로 **여행을 갈 거예요**.

여행 가다

☐ nấu ăn

Khi em về nhà, mẹ em đang nấu ăn.
퇴근해 보니 어머니가 **요리하고** 계셨습니다.

요리하다

☐ đi lái xe

Vợ tôi rất thích lái xe.
제 와이프는 **드라이브** 가는 것을 좋아합니다.

드라이브

☐ đi dạo

Vợ chồng tôi thỉnh thoảng đi dạo ở gần nhà tôi.
저희 부부는 가끔 집 근처에서 **산책해요**.

산책하다

☐ nghe nhạc

Trước khi đi ngủ, tôi luôn luôn nghe nhạc.
자기 전에 저는 항상 **음악을 들어요**.

음악 듣다

☐ chụp ảnh

Tôi rất thích chụp ảnh phong cảnh.
저는 풍경 **사진 찍는** 것을 매우 좋아합니다.
동 chụp hình

사진 찍다

☐ xem phim	Tôi thích xem phim ở nhà. 저는 집에서 **영화 보는** 것을 좋아해요.	영화 보다
☐ bóng đá	Tôi thích xem bóng đá hơn chơi bóng đá. 저는 **축구**를 하는 것보다 보는 것을 더 좋아합니다.	축구
☐ bóng rổ	Anh thích chơi bóng rổ không? 당신은 **농구**를 좋아하시나요?	농구
☐ bơi	Tôi bơi giỏi ở biển. 저는 바다 **수영**을 잘해요.	수영
☐ bóng bàn	Anh biết chơi bóng bàn không? **탁구**를 할 줄 알아요?	탁구
☐ bôling	Chúng ta đi chơi bôling nhé. 우리 **볼링** 치러 가자.	볼링
☐ bida	Những người con trai rất thích chơi bida. 남자들은 **당구** 치는 것을 매우 좋아해요.	당구
☐ ten-nít	Mẹ tôi rất thích chơi ten-nít. 저의 어머니는 **테니스**를 좋아하십니다.	테니스
☐ bóng chày	Trong các cầu thủ bóng chày Hàn Quốc, Ryu Hyun-jin nổi tiếng nhất. **야구** 선수 중에 가장 유명한 한국 선수는 류현진입니다.	야구

☐ đi mua sắm

Tôi đi mua sắm để giải tỏa căng thẳng.
저는 스트레스 해소를 위해 **쇼핑을 해요**.

쇼핑하다

☐ sơn móng tay

Tôi đang tìm trên mạng về hướng dẫn cách sơn móng tay đẹp.
네일 아트를 예쁘게 하는 방법에 대해서 인터넷에서 찾고 있어요.

네일 아트 하다

☐ tìm nhà hàng ngon

Vợ tôi rất thích tìm nhà hàng ngon.
제 와이프는 **맛집 찾는** 것을 정말 좋아해요.

맛집 찾다

☐ tìm trên mạng

Tôi đã tìm bài hát này ở trên mạng.
이 노래를 **인터넷**에서 찾았어요.

인터넷하다

☐ ngủ trưa

Người Việt Nam thích ngủ trưa.
베트남 사람들은 **낮잠 자는** 것을 좋아해요.

낮잠 자다

☐ xem tivi

Tôi thích vừa xem tivi vừa uống bia.
저는 맥주 마시면서 **TV 보는** 것이 가장 좋아요.

TV 보다

☐ uống rượu

Chị sẽ uống bia hay uống rượu?
맥주 마실래요? 아니면 **술 마실래요**?

술 마시다

☐ sưu tập

Tôi thích sưu tập tem.
저는 우표 **수집하는** 것이 좋아요.

수집하다

☐ tập thể dục	Nếu tập thể dục chăm chỉ thì chúng ta có thể khỏe hơn bây giờ. 만약에 **운동**을 열심히 한다면 우리는 지금보다 더 건강해질 수 있어요.	운동하다
☐ đi bộ	Nếu đi bộ mỗi ngày một tiếng thì tốt cho sức khỏe. 매일 한 시간씩 **걸으면** 건강에 좋아요.	걷다
☐ vẽ tranh	Khi em vẽ tranh thì em rất hạnh phúc. 그림을 그릴 때 저는 매우 행복해요.	그림 그리다
☐ hát	Chúng ta hát bài hát gì? 무슨 **노래 부를까**?	노래 부르다
☐ nhảy	Em thích nhảy không? **춤추는** 것을 좋아하나요?	춤추기
☐ mạng xã hội (SNS)	Hình chụp hôm nay tôi sẽ chia sẻ trên mạng xã hội nhé. 오늘 찍은 사진을 내가 **SNS**에 공유할게.	소셜네트워크
☐ trang điểm	Em đã trang điểm chưa? 너 **화장했니**?	화장하다
☐ nhuộm tóc	Tôi muốn nhuộm tóc. **염색하고** 싶어요.	염색하다

□ chơi	Tôi thích chơi vào mỗi cuối tuần. 주말마다 친구와 **노는** 게 좋아요.	놀다
□ đánh piano	Tôi có thể đánh piano được. 저는 **피아노를 칠** 줄 알아요.	피아노를 치다
□ thổi kèn	Tôi là nghệ sĩ thổi kèn ở nhà hát Thành Phố. 저는 오페라하우스에서 **금관 악기를 부는** 연주자입니다. **참고** thổi gỗ 목관 악기를 불다	금관 악기를 불다
□ học ngoại ngữ	Tôi thích học ngoại ngữ, **đặc biệt là tiếng Việt.** 저는 **외국어 공부**를 좋아해요. 특히 베트남어요.	외국어 공부 하다
□ nuôi động vật	Tôi muốn nuôi động vật, **đặc biệt là chó con.** 저는 **동물을 기르고** 싶어요. 특히 강아지요.	동물을 기르다
□ dọn dẹp	Khi tôi bị căng thẳng, tôi thường dọn dẹp nhà. 저는 스트레스를 받을 때 보통 집 **청소를 해요.**	청소하다

취미 표현에 있는 단어를 공부하면 베트남 사람과 일상적인 대화를 하는 데 있어서 아주 유용합니다. 앞서 배운 시제나 thích(좋아하다), muốn(원하다) 동사를 함께 사용하여 '주어 + 시제' 혹은 'thích, muốn 동사 + 취미 표현'으로 원하고자 하는 내용을 자유롭게 이야기할 수 있습니다. 가령 '저는 음악을 듣고 싶어요.'는 'Tôi + muốn + nghe nhạc.'이라고 이야기하면 됩니다.

취미 표현의 단어가 많아서 외우기 힘들다면 한자를 같이 연계해서 외우는 것도 하나의 방법이 됩니다. 예를 들어 đọc sách(책을 읽다)의 경우 'đọc(독), sách(서)'라는 표현이므로 한자를 연계해서 외우시면 더욱 쉽겠죠.

또한 스포츠 단어 중에서 bóng이라는 단어는 '공'을 나타냅니다. bóng đá에서 đá는 '차다'라는 의미이므로 차는 공, 즉 축구를 의미하고, bóng bàn에서 bàn은 책상이므로 책상에서 하는 공, 즉 탁구를 의미합니다. 보통 영어에서 '스포츠를 하다'라고 표현할 때 play라는 단어를 사용하듯 베트남어에도 같은 표현으로 chơi라는 단어를 씁니다. '야구를 하다'는 chơi bóng chày이며 '야구를 보다'는 xem bóng chày라고 합니다.

실전 대화로
연습해 봅시다!

Nam : Sở thích của Mai là gì? 마이 씨의 취미는 무엇입니까?

Mai : Sở thích của Mai là sơn móng tay và đi mua sắm. Còn Nam?
저의 취미는 네일 아트와 쇼핑입니다. 그러면 남 씨는요?

Nam : Sở thích của Nam là chơi bóng chày và nghe nhạc.
저의 취미는 야구하는 것과 음악 듣는 것입니다.

Mai : Thế à? Hay quá. 그래요? 멋지네요.

1 다음 중 스포츠 관련 취미 표현이 아닌 것을 고르세요.

① bóng đá   ② bóng bàn

③ tìm nhà hàng ngon   ④ bóng rổ

2 다음 중 취미 표현으로 적절하지 않은 문장을 고르세요.

① Em thích nghe nhạc.   ② Hôm nay nóng quá.

③ Tôi thích xem phim.   ④ Em thích tập thể dục.

3 다음 빈칸에 알맞은 표현을 넣어 보세요.

① Vợ tôi rất thích _____.

  저의 와이프는 맛집 찾는 것을 정말 좋아해요.

② Khi em _____ thì em rất hạnh phúc.

  그림을 그릴 때 저는 매우 행복해요.

③ Em đã _____ chưa? 너 화장했니?

④ Tôi thích _____ đặc biệt là tiếng Việt.

  저는 외국어 공부를 좋아해요 특히 베트남어요.

정답

1 ③

2 ②

3 ① tìm nhà hàng ngon   ② vẽ tranh   ③ trang điểm   ④ học ngoại ngữ

☐ môn học

Em thích môn học nào nhất?
너는 어느 **과목**을 제일 좋아하니?

과목

☐ toán

Em học môn toán giỏi nhất trong những môn học.
나는 여러 과목들 중에 **수학**을 제일 잘해.

수학

☐ khoa học

Tôi thấy môn xã hội hay hơn môn khoa học.
나는 **과학**보다는 사회가 더 재미있어.

과학

☐ quốc ngữ

Sao điểm quốc ngữ thấp quá vậy?
국어 점수가 왜 이렇게 낮니?

국어

☐ tiếng Anh

Em đã làm bài tập tiếng Anh chưa?
너 **영어** 숙제했니?

영어

☐ xã hội

Giáo viên xã hội rất đẹp trai.
사회 선생님은 정말 잘생기셨어요.

사회

☐ địa lý

Khi học môn địa lý, em thấy vẽ bản đồ khó lắm ạ.
지리 공부할 때 지도 그리는 게 너무 어려워요.

지리

☐ lịch sử

Học lịch sử rất quan trọng. Chúng ta phải biết chính xác về những sự kiện.
역사 공부는 매우 중요해. 우리는 반드시 여러 사건들에 대해 정확히 알아야 해.

역사

☐ triết học

Tôi không thích giáo viên triết học.
나는 **철학** 선생님이 싫어요.

철학

âm nhạc	Âm nhạc luôn luôn thú vị. 음악은 항상 즐거워.	음악

mỹ thuật	Tôi muốn giỏi mỹ thuật nhưng không được. 미술을 잘하고 싶은데 잘 안 돼.	미술

thể dục	Khi tôi đi học(thời học sinh), giờ thể dục là thú vị nhất. 학교 다닐 때 체육 시간이 가장 좋았어.	체육

Hán tự	Em đã thuộc Hán tự chưa? 한자는 다 외웠니?	한자

kỹ thuật	Nếu em biết về kỹ thuật thì tốt cho xin việc. 기술을 잘 익히면 취업하기가 좋대.	기술

thông tin	Nếu em tìm trên mạng thì có nhiều thông tin. 인터넷에 찾아보면 많은 정보가 있어.	정보

máy vi tính	Khi học máy vi tính, mình thấy chán lắm. 컴퓨터 시간은 너무 지루해.	컴퓨터

văn học	Khi giáo viên văn học giảng bài, tôi luôn luôn thấy buồn ngủ. 나는 문학 선생님이 수업하실 때 항상 졸려.	문학

văn hóa	Hãy so sánh về văn hóa Việt Nam và văn hóa Hàn Quốc. 베트남 문화와 한국 문화에 대해 비교해 보자.	문화

hóa học	Khi học hóa học, chúng ta phải thuộc những ký hiệu nguyên tố. 화학 공부할 때 원소 기호들을 반드시 외워야 해.	화학
ngoại ngữ	Sở thích của tôi là học ngoại ngữ. 나는 **외국어** 공부하는 게 취미야.	외국어
ngôn ngữ	Ngôn ngữ càng học càng khó. **언어**는 공부하면 할수록 어려운 것 같아.	언어
chuyên ngành	Chuyên ngành của em là gì? 대학 **전공**이 뭐야?	전공
khoa	Em là sinh viên khoa tiếng Việt. 나는 베트남어학**과**야.	과
khoa kinh tế học	Tôi đã tốt nghiệp khoa kinh tế học rồi. 나는 **경제학과**를 졸업했어.	경제학과
quản trị kinh doanh	Em là sinh viên năm thứ tư khoa quản trị kinh doanh ạ. 저는 **경영학과** 4학년입니다. 동 khoa kinh doanh	경영학과
khoa học thương mại	Tôi là giáo sư khoa học thương mại ạ. 저는 **무역학과** 교수입니다.	무역학과

☐ luật học 🖉	Tôi đã học ngành luật. 저는 **법학**을 공부했어요.	법학
☐ hành chính	Em đến khoa hành chính thì em có thể gặp được giáo sư khoa hành chính. **행정**학과에 가면 교수님을 만날 수 있을 거야.	행정
☐ kế toán	Em học kế toán mà làm sao nói tiếng Anh giỏi quá vậy? 너는 **회계**를 공부했는데 영어를 어쩌면 이렇게 잘하니?	회계
☐ khoa ngữ văn	Sinh viên khoa ngữ văn rất thích thơ. **국문과** 학생들은 시를 매우 좋아해.	국문과
☐ phát thanh báo chí học	Em tốt nghiệp khoa phát thanh báo chí học nên em muốn làm việc liên quan đến phát thanh. 저는 **신문방송학과**를 졸업했기 때문에 방송 관련 업무를 하고 싶습니다.	신문방송학
☐ luân lí học	Giáo viên luân lí học luôn luôn thân thiện. **윤리학** 선생님은 항상 친절하셔.	윤리학
☐ kiến trúc học	Anh trai của tôi đã học kiến trúc học ở trường đại học Hàn Quốc. 우리 오빠는 한국대학교에서 **건축학**을 전공했어요.	건축학

kỹ thuật
máy tính
học

Nếu học kỹ thuật máy tính học thì chắc
là xin việc được ở công ty điện tử nước
ngoài hả?

컴퓨터공학과를 공부하면 외국 전자회사에 취업할 수
있어요?

컴퓨터공학과

khoa quốc tế
học

Ở khoa quốc tế học thường học gì thế?

국제학과에서는 어떤 공부를 하니?

국제학과

khoa Anh
ngữ

Em đã học ở khoa Anh ngữ và em đang
chuẩn bị đi du học.

저는 **영문과**에서 공부하였고, 유학 준비를 하고 있습
니다.

영문과

과목을 통칭하는 표현은 môn입니다. 그래서 수학을 표현할 때는 môn toán이라고
도 합니다. 물론 생략도 가능하지만, 일반적으로 붙이는 종별사 역할을 하기 때문
에 알아 두면 좋습니다.

그리고 대학교 전공을 이야기할 때는 khoa라는 표현을 쓰는데요. 이 뜻은 '과'라는
표현입니다. 예를 들어 '베트남어학과'라고 하면 khoa Việt Nam học이라고 합니다.
학생이라면 자기소개할 때 좋아하는 과목이나 본인의 전공을 이야기하면 더욱 좋
겠죠?

실전 대화로
연습해 봅시다!

Loan : Em thích môn học nào nhất? 너는 어떤 과목을 제일 좋아하니?

Mai : Em thích môn toán nhất trong những môn học. Còn chị?
        저는 여러 과목들 중에서 수학을 가장 좋아해요. 언니는요?

Loan : Chuyên ngành của mình là kinh tế học nhưng thật sự mình thích
        nhất là môn âm nhạc. 내 전공은 경제학인데 사실은 음악을 가장 좋아해.

Mai : Thế à? 그래요?

Loan : Ừ, vì âm nhạc luôn luôn thú vị. 응, 왜냐하면 음악은 항상 즐겁거든.

Mai : Dạ em cũng đồng ý. 맞아요. 저도 동의해요.

1 다음 중 과목에 해당하는 단어가 <u>아닌</u> 것을 고르세요.

① xã hội   ② địa lý   ③ lịch sử   ④ xem phim

2 다음을 알맞게 연결하세요.

① 경제학과 •   • mỹ thuật

② 윤리학 •   • văn học

③ 문학 •   • khoa kinh tế học

④ 미술 •   • luân lí học

3 다음 빈칸에 알맞은 단어를 쓰세요.

① Em đã thuộc _____ chưa? 한자는 다 외웠니?

② Nếu em tìm trên mạng thì có nhiều _____.
인터넷에 찾아보면 많은 정보가 있어.

③ Hãy so sánh về văn hóa Việt Nam và _____ Hàn Quốc nhé.
베트남 문화와 한국 문화에 대해 비교해 보자.

④ Em là sinh viên _____ tiếng Việt. 나는 베트남어학과야.

4 다음 질문에 알맞게 대답한 것을 고르세요.

Chuyên ngành của em là gì?

① Tôi thích học tiếng Việt.   ② Sở thích của tôi là xem phim.
③ Chuyên ngành của em là thương mại.   ④ Tôi không thích môn toán.

1 ④

2 ① khoa kinh tế học   ② luân lí học
③ văn học   ④ mỹ thuật

3 ① Hán tự   ② thông tin
③ văn hóa   ④ khoa

4 ③

☐ màu sắc

Em thích màu sắc nào?
너는 무슨 **색**을 좋아하니?

색깔

☐ màu đỏ

Em thích màu đỏ.
나는 **빨간색**을 좋아해.

빨간색

☐ màu xanh

Cái váy màu xanh này thế nào?
이 **파란색** 치마 어때?

파란색

☐ màu xanh lá
cây

Bà tôi nói rằng màu xanh lá cây đẹp nhất.
우리 할머니는 **초록색**이 제일 예쁘대.

초록색

☐ màu hồng

Tôi thích son môi màu hồng.
나는 **분홍색** 립스틱이 좋아.

분홍색

☐ màu đen

Trông màu đen có vẻ sạch sẽ nên tôi thích lắm.
검은색이 깔끔해서 좋아.

검은색

☐ màu trắng

Em thấy áo màu trắng này thế nào?
이 **흰색** 티셔츠 어떠니?

흰색

☐ màu tím

Màu tím rất kỳ diệu.
보라색은 색이 오묘해.

보라색

☐ màu xám

Em mua cái máy vi tính màu xám này nhé.
이 **회색** 컴퓨터로 구매할게요.

회색

☐ màu cam

Chắc là màu cam thì hơi lạ phải không?
주황색은 좀 이상하겠지?

주황색

☐ màu nâu

Em muốn nhuộm tóc màu nâu.
저는 **갈색**으로 염색하고 싶어요.

갈색

☐ màu bạc

Hôm nay mặc áo màu bạc thấy thế nào?
오늘 입은 **은색** 옷은 어때요?

은색

☐ màu vàng

Màu vàng này cực kỳ đẹp.
이 **금색(노란색)**은 정말 아름답구나.

금색,
노란색

☐ màu xanh da trời

Em thích màu xanh da trời hả?
당신은 **하늘색**을 좋아해요?

하늘색

☐ màu đọt chuối

Tôi không thích màu đọt chuối.
저는 **연두색**을 싫어해요.
동 màu xanh lá

연두색

추 가 어 휘

☐ màu nhạt 옅은 색
☐ màu đậm 진한 색
☐ màu sáng 밝은 색
☐ màu tối 어두운 색

색깔은 형용사에 해당하는 표현입니다. 예를 들어 '검은색 자동차'라는 표현을 베트남어에서는 '자동차 + 검은색(xe ô tô màu đen)'이라고 합니다.

색깔이라는 단어는 베트남어에서 màu sắc이라고 하는데 sắc은 특별히 해석되는 표현은 아니므로 생략 가능합니다. màu라는 단어가 중요한데 màu라는 단어가 바로 색을 의미합니다.

한국어에서도 빨간색 옷, 빨간 옷 둘 다 가능하듯 베트남어도 마찬가지입니다. áo màu đỏ 혹은 áo đỏ 둘 다 가능합니다.

> 실전 대화로
> 연습해 봅시다!

Mai : Bạn sẽ mua gì? 너는 무엇을 살거니?

Lan : Mình muốn mua một cái áo trắng và một cái váy màu tím. Còn bạn? 나는 흰색 티셔츠와 보라색 치마를 사고 싶어. 너는?

Mai : Tôi muốn mua 2 cái quần jean xanh nhưng cái này màu đậm quá. 나는 파란색 청바지 2개를 사고 싶은데 이건 색이 너무 어두워.

Lan : Bạn muốn màu nhạt hơn phải không? 너는 더 옅은 색을 원하는 거 맞지?

Mai : Đúng rồi. 맞아.

1 다음을 알맞게 연결하세요.

① 하늘색 •　　　　　　　　　　　　　• màu đọt chuối

② 연두색 •　　　　　　　　　　　　　• màu xanh da trời

③ 주황색 •　　　　　　　　　　　　　• màu xám

④ 회색　 •　　　　　　　　　　　　　• màu cam

2 다음 빈칸에 알맞은 표현을 쓰세요.

① Cái váy ＿＿＿＿＿＿ này thế nào?　이 파란색 치마 어때?

② Em muốn nhuộm tóc ＿＿＿＿＿＿.　저는 갈색 머리로 염색하고 싶어요.

③ ＿＿＿＿＿＿ này cực kỳ đẹp.　이 금색(노란색)은 정말 아름답구나.

④ Em nghĩ nếu ＿＿＿＿＿＿ hơn thì tốt hơn.
제 생각에 더 진한 색이면 더욱 좋을 것 같아요.

3 빈칸에 알맞은 단어를 쓰세요.

① 갈색 책상　　　　Cái bàn màu (　　　　　　)

② 검은색 텔레비전　Cái tivi màu (　　　　　　)

③ 회색 컴퓨터　　　Máy vi tính màu (　　　　　　)

④ 파란색 옷　　　　Cái áo màu (　　　　　　)

⑤ 분홍색 머리　　　Tóc màu (　　　　　　)

1 ① màu xanh da trời　② màu đọt chuối　③ màu cam　④ màu xám
2 ① màu xanh　② màu nâu　③ màu vàng　④ màu đậm
3 ① nâu　② đen　③ xám　④ xanh　⑤ hồng

5 사물

máy hút bụi — Máy hút bụi nào tốt nhất? — 청소기
어떤 **청소기**가 가장 좋은가요?

máy sấy tóc — Alô, trong phòng khách sạn không có máy sấy tóc ạ. — 드라이어
여보세요, 호텔 방에 **드라이어**가 없네요.

cái tivi — Cái tivi này màn hình bao nhiêu inch vậy? — 텔레비전
이 **텔레비전**은 몇 인치입니까?

tủ lạnh — Tủ lạnh to quá vậy. — 냉장고
냉장고가 굉장히 크네요.

máy lạnh — Xin anh tắt máy lạnh giùm tôi nhé. — 에어컨
에어컨 좀 꺼 주세요.

quạt máy — Quạt máy này không mát. — 선풍기
이 **선풍기**는 시원하지 않아요.

máy vi tính — Tôi phải mua máy vi tính mà không biết mua ở đâu. — 컴퓨터
컴퓨터를 사야 하는데 어디서 사야 하는지 모르겠어요.

lap top — Nếu mang lap top thì phải trả thuế không? — 노트북
노트북을 가져가면 관세를 지불해야 하나요?
동 máy tính xách tay

kim từ điển — Dạo này app điện thoại tiện hơn kim từ điển. — 전자사전
요즘에는 **전자사전**보다 핸드폰 어플이 더 편해요.

màn hình	Công ty chúng tôi nhập khẩu màn hình của Hàn Quốc. 우리 회사는 한국 **모니터 스크린**을 수입해요.	모니터 스크린
đèn bàn	Em muốn mua đèn bàn. **스탠드**를 구입하고 싶어요.	스탠드
máy in	Em có thể mượn máy in được không ạ? **프린터**를 빌릴 수 있나요?	프린터
điện thoại	Máy điện thoại không dây ở đâu? 무선 **전화기**는 어디 있어요?	전화기
máy ảnh	Máy ảnh hiệu ABC chất lượng tốt nhất. **카메라**는 ABC 브랜드가 성능이 가장 좋아요. 동 máy chụp hình	카메라
máy ghi âm	Chị ấy luôn luôn mang theo máy ghi âm. 그녀는 **녹음기**를 항상 가지고 다녀요.	녹음기
điện thoại di động	Tôi mất điện thoại di động rồi. **핸드폰**을 잃어버렸어요.	핸드폰
tai nghe	Cho tôi mượn tai nghe. **이어폰** 좀 빌려 주세요.	이어폰
sạc pin điện thoại	Cho tôi mượn sạc pin điện thoại nhé. **핸드폰 충전기** 좀 빌려 주세요.	핸드폰 충전기

micrô

Tắt micrô rồi.

마이크가 꺼져 있어요.

마이크

lò vi sóng

Tôi tìm lò vi sóng giá rẻ.

가격이 싼 **전자레인지**를 찾고 있어요.

전자레인지

nồi cơm điện

Nồi cơm điện này có nhiều chức năng.

이 **전기밥솥**은 다양한 기능이 있어요.

전기밥솥

quyển sách	Đây là quyển sách tiếng Việt. 이것은 베트남어 **책**입니다.	책
cặp sách	Cặp sách đẹp quá. **책가방**이 예뻐요.	책가방
hộp bút	Hộp bút nay là của công ty nào? 이 **필통** 어디 거예요?	필통
bút chì	Cây bút chì này bao nhiêu tiền vậy? 이 **연필** 얼마예요?	연필
bút máy	Mình thấy bút máy tiện lợi hơn cây bút chì. 연필보다 **샤프**가 더 편해요.	샤프
bút bi	Cho tôi bút bi. **볼펜** 좀 주세요.	볼펜
cục tẩy	Cho tôi mượn cục tẩy nhé. **지우개** 좀 빌려 주세요.	지우개
cái thước	Tôi cần cái thước. **자**가 필요해요.	자
dao	Khi dùng dao thì phải luôn luôn cẩn thận. **칼**을 사용할 때는 항상 조심하세요.	칼
hộp đựng bút	Có nhiều loại hộp đựng bút. **연필꽂이** 종류가 많네요.	연필꽂이

132

kéo	Kéo bất tiện hơn dao. 칼보다 **가위**가 더 불편해요.	가위
viết dạ quang	Màu viết dạ quang rất đa dạng. **형광펜** 색이 다양해요. 图 cây bút huỳnh quang	형광펜
tập vở	Em không mang tập vở rồi. **공책**을 안 가져왔어요. 图 quyển tập	공책
tờ giấy A4	Thiếu tờ giấy A4. **A4 용지**가 부족해요.	A4 용지
photo copy	photo copy 2 tờ nhé. 2장만 **복사**해 주세요.	복사
ép	Ép được không? **코팅**이 가능합니까?	코팅
keo	Cho tôi keo nước nhé. **물풀**로 주세요.	풀
băng keo	Dán băng keo nhé. **테이프**로 붙여요.	테이프
bút tẩy	Xóa bằng bút tẩy. **수정액**으로 지워요. 图 bút xóa	수정액

전자기기, 학용품, 사무용품 등은 일반 명사에 해당됩니다. 보통 명사 앞에 그 명사의 성질에 따라 붙는 종별사가 각기 달라요. 보통 물건, 사물 앞에는 *cái*라는 종별사가 붙습니다. 그리고 어떠한 단어에 *máy*가 붙으면 기계의 종류라고 생각하면 됩니다.

실전 대화로 연습해 봅시다!

Thu : Trong cặp sách có cái gì vậy? 책가방 안에 뭐가 들어 있어?

Mai : Trong cặp sách của mình có một quyển sách tiếng Việt và một cái hộp bút. 내 책가방 안에 필통 하나와 베트남어 책 한 권이 있어.

Thu : Trong hộp bút có cái gì? 필통 안에는 뭐가 들어 있어?

Mai : Trong hộp bút có 1 cái bút chì, 2 cái cây bút bi, 1 cái thước và 1 cục tẩy. Còn bạn?
필통 안에 연필 1자루, 볼펜 2자루, 자 1개 그리고 지우개 1개가 있어. 너는?

Thu : Hôm nay mình quên mang hộp bút. Xin lỗi, bạn có thể cho mình mượn 1 cây bút chì được không?
오늘 필통을 잊어버리고 안 가져왔어. 미안한데 볼펜 한 자루만 빌려 줄 수 있어?

Mai : Tất nhiên. Ở đây nè. 당연하지. 여기 있어.

1 다음을 알맞게 연결해 보세요.

① 연필 •   • máy lạnh

② 에어컨 •   • cây bút chì

③ 전화기 •   • kéo

④ 가위 •   • điện thoại

2 다음 대화를 읽고 손님이 원하는 물건을 고르세요.

> Nhân viên (손님) : Chào anh. Anh cần gì ạ?
> Khách hàng (고객) : Tôi muốn mua một cái máy lạnh và tủ lạnh.
> Nhân viên : Thế à? Anh tìm hiệu gì?
> Khách hàng : Cái nào cũng được.

① điện thoại, máy vi tính   ② máy hút bụi, cái tivi

③ máy lạnh, tai nghe   ④ máy lạnh, tủ lạnh

3 다음 빈칸에 알맞은 단어를 쓰세요.

① Đây là _____ tiếng Việt.   이것은 베트남어 책입니다.

② Tôi cần _____.   자가 필요해요.

③ _____ nào tốt nhất?   어떤 청소기가 가장 좋은가요?

4 다음 중 전자기기가 <u>아닌</u> 것을 고르세요.

① kéo   ② máy sấy tóc   ③ tủ lạnh   ④ quạt máy

정답

1 ① cây bút chì   ② máy lạnh   **3** ① quyển sách   ② cái thước
   ③ kéo   ④ điện thoại   ③ Máy hút bụi
2 ④   **4** ①

IV

자연

Track 17

☐ mùa

Ở Hàn Quốc có 4 mùa.
한국은 4**계절**이 있습니다.

계절

☐ mùa xuân

Mùa xuân rất ấm.
봄은 따뜻해요.

봄

☐ mùa hè

Người Hàn Quốc thường đi tắm biển vào mùa hè.
한국 사람들은 **여름**에 보통 해수욕장에 가요.

여름

☐ mùa thu

Lá vàng của mùa thu rất đẹp.
가을 단풍은 참 예뻐요.

가을

☐ mùa đông

Tôi không thích mùa đông.
저는 **겨울**이 싫어요.

겨울

☐ thời tiết

Thời tiết hôm nay thế nào?
오늘 **날씨**는 어때요?

날씨

☐ khí hậu

Em đã quen khí hậu Việt Nam chưa?
베트남 **기후**에 적응했나요?

기후

☐ bốn mùa

Tuy không rõ rệt nhưng miền Bắc của Việt Nam cũng có bốn mùa.
뚜렷하진 않지만 베트남 북부에도 **4계절**이 있습니다.

4계절

☐ xuân hạ thu đông

Các bạn đến Hàn Quốc để cảm nhận 4 mùa : xuân hạ thu đông.
한국의 **춘하추동**을 느끼러 와 보세요.

춘하추동

□ mùa khô	Miền Nam Việt Nam có mùa khô và mùa mưa. 베트남 남부는 **건기**와 우기가 있습니다.	건기
□ mùa mưa	Vào mùa mưa rất dễ tắc đường nên phải chú ý nhé. **우기** 때에는 교통체증이 심하니 주의하세요.	우기
□ trời mưa	Hôm nay trời mưa to lắm. 오늘은 **비가** 많이 **와요**.	비 오는
□ nóng	Hôm nay nóng quá nhỉ? 오늘 왜 이렇게 **덥죠**?	더운
□ rét	Mùa đông Hàn Quốc quá rét. 한국의 겨울은 정말 너무 **춥네요**. 남부 lạnh	추운
□ có tuyết	Nghe nói hôm nay có tuyết. 오늘 **눈이 온다고** 했어요. 동 tuyết rơi	눈 오는
□ gió thổi	Gió thổi nên phải mặc áo khoác nhé. **바람이 부니** 오늘은 외투를 입으세요.	바람이 부는
□ mát mẻ	Mùa thu Hàn Quốc mát mẻ quá vậy. 한국의 가을은 참 **시원하네요**.	선선한, 시원한

sảng khoái	Sau khi uống nước cam, mình thấy rất sảng khoái. 오렌지 주스를 마신 후, 나는 매우 **상쾌해요**.	상쾌한
dễ chịu	Thời tiết của Đà Lạt Việt Nam rất dễ chịu. 베트남 달랏의 날씨는 굉장히 **상쾌합니다**.	상쾌하고 기분 좋은
không khí	Không khí không tốt. **공기**가 안 좋아요.	공기
oi bức	Mùa hè của Hàn Quốc rất oi bức. 한국의 여름은 매우 **습해요**.	습한
hanh khô	Vì thời tiết quá hanh khô nên dễ bị khát nước. 너무 **건조해서** 더 갈증 나요.	건조한
âm u	Hôm nay trời âm u quá. 오늘 날씨가 매우 **흐리네요**.	흐린
cơn bão	Nghe nói bão nên phải đi về nhà sớm nhé. **태풍**이 온다고 하니 집에 얼른 들어가세요. 동 bão	태풍
trời	Trời đẹp quá. **하늘**이 참 예뻐요.	하늘
nắng	Thời tiết hôm nay nắng quá. 오늘 **날씨가** 매우 **좋네요**.	날씨가 좋은

☐ **ấm**

Ở đây ấm thế.

여기는 참 **따뜻해요**.

따뜻한

☐ **sấm sét**

Tôi sợ tiếng sấm.

천둥 소리가 무서워요.

천둥

☐ **sấm chớp**

Vì sấm chớp nên giật cả mình.

번개가 쳐서 깜짝 놀랐어요.

번개

동남아시아에 속해 있는 베트남은 4계절 내내 더울 거라고 생각할 수 있을 텐데요. 베트남의 북부와 남부는 날씨가 조금 다릅니다. 북부는 4계절이 있습니다. 그렇기 때문에 한국처럼 봄, 여름, 가을, 겨울이 존재하지요. 그렇지만 뚜렷하지는 않습니다. 겨울이 있지만 한국처럼 영하권으로 기온이 떨어지거나, 눈이 오지 않습니다. 베트남의 겨울은 영상 10도 이상입니다. 반면 여름에는 습도가 매우 높고 기온이 40도까지 올라가기 때문에 숨쉬기조차 힘든 경우도 있습니다.

남부는 북부와 달리 2계절만 있는데 비가 오는 6개월(우기), 비가 오지 않는 6개월(건기)이 있습니다. 우기라고 해서 하루 종일 비가 오는 것은 아니며 2~3시간 정도 비가 내립니다.

베트남어에서 날씨를 표현할 때에는 일반적으로 trời라는 단어를 씁니다. trời는 하늘, 날씨라는 뜻인데 trời nắng(좋은 날씨), trời nóng(더운 날씨), trời mưa(비가 오다) 등으로 표현할 수 있습니다.

실전 대화로
연습해 봅시다!

Lan : Thời tiết hôm nay thế nào?   오늘 날씨가 어때?

Mai : Thời tiết hôm nay nắng và ấm.   오늘 날씨는 매우 좋고 따뜻해.

Lan : Thế à? Hôm qua mình đã xem dự báo thời tiết nói là hôm nay trời
      mưa mà.   그래? 어제 일기예보에서는 오늘 비 온다고 했는데.

1 다음 중 날씨를 나타내는 단어가 <u>아닌</u> 것을 고르세요.

① âm u ② mát mẻ ③ tuyết ④ ngon

2 다음을 알맞게 연결하세요.

① 계절 •   • mùa đông

② 봄 •   • mùa thu

③ 여름 •   • mùa hè

④ 가을 •   • mùa xuân

⑤ 겨울 •   • mùa

3 다음 빈칸에 알맞은 표현을 쓰세요.

① Tuy không rõ rệt nhưng miền Bắc của Việt Nam cũng có _____ .
뚜렷하진 않지만 베트남 북부에도 4계절이 있습니다.

② Hôm nay _____ to lắm.   오늘은 비가 많이 와요.

③ _____ không tốt.   공기가 안 좋아요.

④ _____ đẹp quá thế.   하늘이 참 예뻐요.

정답

1 ④
2 ① mùa   ② mùa xuân   ③ mùa hè   ④ mùa thu   ⑤ mùa đông
3 ① bốn mùa   ② trời mưa   ③ không khí   ④ trời

☐ **động vật**

Tôi muốn nuôi động vật.
나는 **동물**을 기르고 싶어.

동물

☐ **côn trùng**

Tôi ghét côn trùng.
나는 정말 **곤충**이 싫어.

곤충

☐ **con hổ**

Tôi sợ con hổ.
호랑이는 무서워요.

호랑이

☐ **con sư tử**

Con sư tử đang hống.
사자가 울부짖다.

사자

☐ **con gấu**

Anh giống như con gấu.
당신은 **곰** 같아요.

곰

☐ **con voi**

Mũi của con voi dài lắm.
코끼리 코는 매우 길어요.

코끼리

☐ **con thỏ**

Con thỏ nhanh lắm.
토끼는 빨라요.

토끼

☐ **con hươu cao cổ**

Cổ của con hươu cao cổ rất dài.
기린은 목이 길어요.

기린

☐ **con hươu**

Đẹp như con hươu.
사슴처럼 예뻐요.
동 con nai

사슴

☐ con bò

Con bò làm việc rất chăm chỉ.

소는 열심히 일해요.

참고 con bê 송아지

소

☐ con lợn

Tiếng ụt ịt này, chắc là con lợn đó.

이 꿀꿀거리는 소리는 아마 저 **돼지**일 거예요.

남부 con heo

돼지

☐ con gà

Con gà gáy sáng sớm.

닭은 아침 일찍 울어요.

닭

☐ con chó

Nghe nói con chó trung thành nhất trên thế gian.

세상에서 **개**가 가장 충성스럽대요.

개

☐ con mèo

Con mèo dễ thương.

고양이는 귀여워요.

고양이

☐ con hà mã

Con hà mã há miệng.

하마가 입을 벌렸어요.

하마

☐ con dê

Con dê dữ lắm.

염소는 사나워요.

염소

☐ con cừu

Anh ấy hiền như con cừu.

그는 **양**처럼 온순해요.

양

☐ con ngựa

Con ngựa chạy rất nhanh.

말은 굉장히 빨라요.

말

□ con vịt	Con vịt này màu trắng. 이 **오리**는 하얀색이에요.	오리
□ con khỉ	Con khỉ giống như con người. **원숭이**는 꼭 사람 같아요.	원숭이
□ con bò sữa	Ở nông trang có hơn 300 con bò sữa. 농장에 **젖소**가 300마리 넘게 있어요.	젖소
□ con chuột	Con chuột ghê lắm. **쥐**는 징그러워요.	쥐
□ con rắn	Em là tuổi rắn. 저는 **뱀**띠예요.	뱀
□ con rồng	Anh là tuổi rồng phải không? 당신은 **용**띠가 맞죠?	용
□ con chó con	Tôi đang nuôi 2 con chó con. 저는 **강아지** 2마리를 키우고 있어요.	강아지
□ con gà con	Con gà con yếu lắm. **병아리**는 약해요.	병아리
□ con sói	Con sói thông minh lắm. **늑대**는 총명해요.	늑대
□ con cáo	Đáng ghét như con cáo. **여우**같이 얄미워요.	여우

☐ con ếch

Em biết bơi ếch không?
개구리수영(평형)을 할 수 있어요?

개구리

☐ con rùa

Con rùa sống lâu lắm.
거북이는 오래 살아요.

거북이

☐ con cá

Con cá này lạ quá.
이 물고기는 참 신기해요.

물고기

☐ con ong

Cẩn thận con ong nhé.
벌을 조심하세요.

벌

☐ con gián

Có thuốc diệt gián không?
바퀴벌레 퇴치제 있나요?

바퀴벌레

☐ con kiến

Kiến nhiều thế.
개미가 너무 많아요.

개미

☐ con thạch sùng

Tại sao thạch sùng bò được trên tường?
왜 도마뱀은 벽에 붙어 있을까요?

도마뱀

☐ con ruồi

Con ruồi Việt Nam rất to.
베트남 파리는 굉장히 커요.

파리

☐ con muỗi

Cho tôi thuốc muỗi.
모기약 좀 주세요.

모기

☐ con bướm

Con bướm này xinh lắm.
나비가 참 아름답네요.

나비

☐ con nhện	Ở đây có con nhện. 여기 **거미**가 있어요.	거미
☐ con châu chấu	Biệt danh của Yoo Jae-suk là con châu chấu. 유재석 씨의 별명은 **메뚜기**예요.	메뚜기
☐ con dế	Lần đầu em thấy con dế phải không? **귀뚜라미**를 처음 봤죠?	귀뚜라미
☐ con cá sấu	Con cá sấu đang há miệng to. **악어**가 입을 크게 벌리고 있어요.	악어
☐ con cá voi	Ở biển có con cá voi. 바다에 **고래**가 있어요.	고래
☐ con tôm	Tôm chiên bột ngon lắm. **새우**튀김이 참 맛있네요.	새우
☐ con ốc	Em muốn ăn ốc. **소라**를 먹고 싶어요.	소라
☐ con mực	Em thích món mực không? **오징어** 요리 좋아해요?	오징어
☐ con bạch tuộc	Em nghĩ món bạch tuộc ngon hơn. **문어**가 더 맛있어요.	문어

☐ con lươn	Trong những món ăn bổ dưỡng, thịt lươn tốt nhất. 보양식 중에 **장어**가 가장 좋대요.	장어
☐ con chim	Con chim **đẹp quá nhỉ**. **새**가 참 아름답죠?	새
☐ con chim bồ câu	Ở công viên này có nhiều chim bồ câu. 여기 공원에는 **비둘기**가 정말 많아요.	비둘기
☐ con chim sẻ	Con chim sẻ **vừa nhỏ vừa dễ thương**. **참새**가 작고 귀엽네요.	참새
☐ con đại bàng	Con đại bàng **rất dũng cảm**. **독수리**는 용감해요.	독수리
☐ con vẹt	Nói theo như con vẹt. **앵무새**처럼 따라해 보세요.	앵무새

사물이나 과일, 동물 등 앞에 그 물건을 구체화하고 세분화하는 역할을 하는 것을 '종별사'라고 합니다.

동물, 곤충 등 앞에 붙이는 종별사는 con입니다.

살아있는 동물이나 생물 혹은 수사가 결합할 때 단어 앞에 'con'이 붙습니다. '개구리헤엄' 같은 동물 혹은 행위 묘사일 경우에는 con을 생략합니다.

가족 관계에서 con은 자녀를 뜻합니다. 그래서 con trai는 아들, con gái는 딸을 의미합니다. 동물과 헷갈리지 않게 하기 위해 어순으로 이 둘을 구별합니다. 예를 들어 개는 con chó라고 하고 개의 새끼, 즉 강아지는 con chó con이라고 합니다. 이때 앞에 con은 동물을 나타내는 종별사의 역할을 하고 뒤에 나오는 con은 새끼를 의미합니다.

> 실전 대화로
> 연습해 봅시다!

Duy : Bạn thích động vật (con) không?　너는 동물을 좋아하니?

Mai : Thích chứ. Đặc biệt là con chó con. Còn bạn?
　　　당연히 좋아하지. 특히 강아지를 좋아해. 너는?

Duy : Mình cũng rất thích. Hiện nay mình nuôi một con chó con và một con mèo.
　　　나도 엄청 좋아해. 지금 나는 강아지 한 마리와 고양이 한 마리를 키우고 있어.

Mai : Thế à? Thích quá nhỉ?　그래? 정말 좋겠다.

1 다음 동물을 보고 알맞은 표현을 베트남어로 쓰세요.

①  ②  ③

(   )   (   )   (   )

2 다음 중 동물 앞에 붙는 종별사를 고르세요.

① con   ② cái   ③ chiếc   ④ bức

3 다음 중 '새끼'의 뜻으로 적절한 단어를 고르세요.

① Con chó   ② Con mèo con   ③ Con bướm   ④ Con dế

4 다음 빈칸에 알맞은 단어를 쓰세요.

① Tôi sợ _____.   호랑이는 무서워요.

② Đẹp như _____.   사슴처럼 예뻐요.

③ _____ há miệng.   하마가 입을 벌렸어요.

④ _____ giống như con người.   원숭이는 꼭 사람 같아요.

---

3 자연

☐ **thiên nhiên**

Phong cảnh thiên nhiên của
Vịnh Hạ Long cực kỳ đẹp.
하롱베이는 **자연** 풍경이 굉장히 아름다워요.
통 tự nhiên

자연

☐ **tài nguyên
thiên nhiên**

Ở Việt Nam có nhiều tài nguyên thiên
nhiên.
베트남은 **천연자원**이 많습니다.

천연자원

☐ **bãi biển**

Bãi biển của Đà Nẵng rất đẹp.
다낭은 **바다**가 예뻐요.
통 bờ biển

바다, 해변

☐ **con sông**

Con sông này gọi là gì?
이 **강**은 뭐라고 부르나요?

강

☐ **núi**

Núi cao nhất ở việt nam là Phan Xi Păng.
베트남에서 가장 높은 **산**은 판씨빵입니다.

산

☐ **thác nước**

Ở Nha Trang có thác nước.
냐짱에는 **폭포**가 있어요.

폭포

☐ **cây**

Cây này lâu lắm rồi.
이 **나무**는 굉장히 오래되었어요.

나무

☐ **cây thông**

Cây thông này được 100(một trăm) năm
rồi.
이 **소나무**는 100년 되었어요.

소나무

☐ cây tre	Cây tre này rất dài và thẳng. 이 **대나무**는 길고 곧게 뻗어 있네요.	대나무
☐ hoa	Mỗi năm có lễ hội hoa ở Đà Lạt. 달랏에서는 매년 **꽃** 축제를 해요.	꽃
☐ hoa hồng	Hoa hồng đỏ siêu đẹp. 빨간 **장미**가 너무 예뻐요.	장미
☐ hoa đào	Tháng tư của Hàn Quốc có nhiều hoa đào nở. 한국의 4월에는 **벚꽃**이 많이 펴요.	벚꽃
☐ hoa hướng dương	Hoa hướng dương này to và đẹp. 이 **해바라기**는 크고 아름다워요.	해바라기
☐ cỏ	Ở đây có nhiều cỏ. 여기에 **풀**이 많네요.	풀
☐ cơn gió	Gió thổi nên mát hơn. **바람**이 부니 더 시원하네요.	바람
☐ cánh đồng	Tôi muốn chạy nhảy trên cánh đồng. **들판**에서 뛰어놀고 싶어요.	들판
☐ cát	Đi bộ trên cát nên mệt quá. **모래**에서 걸으니 좀 더 힘들어요.	모래

☐ đồi

Đồi thấp thôi. Đừng lo.
언덕이 낮아요. 걱정 말아요.

언덕

☐ đồi cát

Đồi cát Phan Thiết cực kỳ đẹp.
판티엣의 **사막**은 굉장히 아름다워요.
동 sa mạc

사막

☐ lũ lụt

Vì lũ lụt nên cực kỳ mệt.
홍수 때문에 너무 힘들어요.

홍수

☐ cơn hạn hán

Do cơn hạn hán kéo dài, nên mọi người rất mệt mỏi.
오랜 **가뭄**으로 사람들은 굉장히 힘들어졌어요.

가뭄

☐ mây

Hình dáng đám mây dễ thương lắm.
구름 모양이 귀여워요.

구름

☐ dầu mỏ

Ở Việt Nam có sản xuất dầu mỏ không?
베트남에서 **석유** 생산을 하나요?

석유

☐ đất

Đất này giá đắt lắm.
여기 **땅**값이 비싸요.

땅

베트남은 천연자원이 굉장히 풍부하고 다양한 나라입니다. 베트남의 천연자원에는 석유, 커피, 쌀, 채소 등이 있습니다. 이는 많은 기업들이 베트남에 관심을 가지는 이유 중 하나이죠.

베트남 여행을 갈 때 북부, 중부, 남부 지역에서 무엇이 유명한지 살펴본 후 여행을 가면 더욱 유익하고 재미있게 여행을 즐길 수 있습니다.

베트남의 북부 지역에는 Sapa(사파), Vịnh Hạ Long(하롱베이) 등이 있습니다. 이곳에서는 núi(산), bãi biển(바다) 등의 멋진 절경을 구경할 수 있습니다.

베트남의 중부 지역에는 cố đô Huế(베트남의 옛 수도인 후에), Hội An(호이안), Đà Nẵng(다낭), Nha Trang(냐짱) 등을 볼 수 있습니다. 이곳에는 베트남의 특색을 그대로 느낄 수 있는 thiên nhiên(자연)과 더불어 bãi biển(바다)를 볼 수 있으며 직접 tắm biển(해수욕)을 즐길 수 있습니다. 또한 Mũi Né(무이네)에서는 광활한 đồi cát(사막)과 bãi biển(바다)를 동시에 즐길 수 있습니다.

마지막으로 남부 지역에서는 Đồng Bằng Sông Cửu Long(메콩델타), Vũng Tàu(붕따우), Đảo Phú Quốc(푸꿕섬) 등이 있는데 메콩델타와 붕따우 지역에서는 베트남의 sông(강), bãi biển(바다)를 즐길 수 있습니다. 특히 푸꿕섬은 không khí(공기)가 맑아서 휴양지로 추천합니다.

> 실전 대화로
> 연습해 봅시다!

Lan : Ở Việt Nam có nhiều tài nguyên thiên nhiên phong phú đa dạng phải không? 베트남에는 풍부하고 다양한 천연자원이 많지요?

Duy : Đúng rồi. Cho nên nhiều tập đoàn Hàn Quốc quan tâm đến Việt Nam. 맞아요. 그래서 많은 한국 기업이 베트남에 관심을 보이고 있어요.

Lan : Nếu có thời gian, em cũng muốn đi du lịch ở Việt Nam. 저도 시간이 되면 베트남에 여행을 가 보고 싶네요.

Duy : Tôi đã đi du lịch vào năm trước rồi mà rất ấn tượng, đặc biệt là bãi biển Thành Phố Nha Trang. 저는 작년에 갔다 왔었는데 냐짱 바다가 특히 인상적이었어요.

1 다음 중 베트남의 천연자원이 <u>아닌</u> 것을 고르세요.

① dầu mỏ   ② cà phê   ③ gạo   ④ trời

2 베트남에서 bãi biển으로 유명한 지역이 <u>아닌</u> 곳을 고르세요.

① Mũi Né   ② Vịnh Hạ Long   ③ Đà Lạt   ④ Nha Trang

3 다음을 보고 빈칸에 알맞게 쓰세요.

①   ②   ③

(   )   (   )   (   )

4 다음 빈칸에 알맞은 표현을 쓰세요.

① Ở Nha Trang có _____ nữa. 냐짱에는 폭포도 있어요.

② _____ này gọi là gì? 이 강은 뭐라고 부르나요?

③ Phong cảnh _____ của Vịnh Hạ Long cực kỳ đẹp.
하롱베이는 자연 풍경이 굉장히 아름다워요.

④ _____ trong lành. 공기가 맑아요.

V

여행

☐ giao thông	Giao thông của Việt Nam thế nào? 베트남의 **교통**은 어때요?	교통
☐ giao thông công cộng	Giao thông công cộng của Hàn Quốc có phương tiện gì ạ? 한국의 **대중교통**은 무엇이 있나요?	대중교통
☐ phương tiện giao thông	Em sẽ đi du lịch ở miền Trung Việt Nam mà em nên đi bằng phương tiện giao thông gì? 저는 베트남 중부 지방으로 여행을 갈 예정인데 어떤 **교통수단**으로 가면 좋을까요?	교통수단
☐ xe buýt	Em đang chờ xe buýt số mấy vậy? 몇 번 **버스**를 기다립니까?	버스
☐ tàu điện ngầm	Ở Việt Nam cũng có tàu điện ngầm phải không? 베트남에도 **지하철**이 있나요?	지하철
☐ xe ô tô	Nếu mua xe ô tô ở Việt Nam thì rất đắt vì thuế. 베트남에서 **자동차**를 사면 관세 때문에 너무 비싸요. **남부** xe hơi	자동차
☐ xe máy	Ở Việt Nam có nhiều xe máy lắm. 베트남에는 **오토바이**가 매우 많아요.	오토바이
☐ xe đạp	Em biết chạy xe đạp hả? **자전거**를 탈 줄 알아요?	자전거

tàu thủy	Nếu em đi bằng tàu thủy thì nhanh hơn.	배
	배를 타고 가면 더 빠를 거예요.	
	동 thuyền	

| máy bay | Từ Hàn Quốc đến Việt Nam mất khoảng bao lâu đi bằng máy bay? | 비행기 |
| | 한국에서 베트남까지 **비행기**로 얼마나 걸리나요? | |

| xe tải | Bố tôi là tài xế xe tải. | 트럭 |
| | 저희 아버지는 **트럭** 기사입니다. | |

tàu hỏa	Nếu đi bằng tàu hỏa thì chắc là chậm hơn phải không?	기차
	기차로 가면 더 느리지 않을까요?	
	남부 xe lửa	

| cáp treo | Nếu em muốn đi Vinpearl land thì phải đi cáp treo. | 케이블카 |
| | 빈펄랜드에 가고 싶으면 **케이블카**를 반드시 타야 해. | |

| xe cảnh sát | Xe cảnh sát ở đâu vậy? | 경찰차 |
| | **경찰차**가 어디 있어요? | |

xe cứu hỏa	Xe cứu hỏa nhanh lắm.	소방차
	소방차가 굉장히 빠르네요.	
	동 xe chữa cháy	

| xe cấp cứu | Đi ngang qua xe cấp cứu nên phải cẩn thận nhé. | 응급차 |
| | **응급차**가 지나가니 조심하세요. | |

□ xích lô	Nếu em đi du lịch ở Việt Nam thì em nên đi thử xích lô nhé. Hay lắm. 베트남으로 여행을 간다면 **인력거**를 타 봐요. 매우 재미있어요.	인력거
□ xe khách	Khi đi Mũi Né, chúng ta đi bằng xe khách nhé. 무이네를 갈 때 **관광 버스**를 타고 갑시다. **동** xe du lịch	관광 버스
□ tắc-xi	Phí tắc xi Việt Nam thế nào ạ? 베트남 **택시**비는 어때요?	택시
□ vị trí	Vị trí ở đâu vậy? **위치**가 어디죠?	위치
□ (ở) trên	Quyển sách ở trên cái bàn. 책상 **위에** 책이 있어요.	위에
□ (ở) dưới	Con mèo nằm ở dưới cái ghế. 의자 **아래에** 고양이가 누워 있어요.	아래
□ (ở) trong	Trong phòng có 2(hai) nhân viên. 사무실 **안에** 직원이 2명 있습니다.	안에
□ (ở) ngoài	Cô ấy đi ra ngoài. 그녀는 **밖**으로 나갔습니다.	밖
□ bên cạnh	Bên cạnh là ai? **옆에**는 누구죠?	옆에

☐ (ở) giữa	Em đứng giữa hai người. 두 사람 **사이**에 서 있어요.	사이, 가운데
☐ (phía) trước	Anh ấy đứng trước mặt tôi. 내 **앞**에 그가 서 있어요.	앞
☐ (phía) sau	Tôi ngồi sau anh ấy. 저는 그의 **뒤**에 앉아 있어요.	뒤
☐ rẽ trái	Chú ơi, rẽ trái nhé. 아저씨, **좌회전**해 주세요. 남부 quẹo trái	좌회전
☐ rẽ phải	Rẽ phải sau đó đi thẳng 100 mét nhé. **우회전**해서 100m 더 직진해 주세요. 남부 quẹo phải	우회전
☐ đi thẳng	Cứ đi thẳng nhé. 계속해서 **직진**하세요.	직진
☐ quẹo lại	Xin đừng quay lại. **U턴**하지 마세요.	U턴
☐ bên phải	Ở bên phải có bệnh viện. **오른쪽**에 병원이 있어요. 동 phía phải	오른쪽
☐ bên trái	Ở bên trái có công viên. **왼쪽**에 공원이 있어요. 동 phía trái	왼쪽

| phía Đông | Đi theo phía Đông thì có bãi biển. | 동쪽 |
| | 동쪽으로 가면 바다가 있어요. | |

| phía Tây | Đi thẳng khoảng một kí lô mét về phía Tây. | 서쪽 |
| | 서쪽으로 1km 정도 더 직진해요. | |

| phía Nam | Chúng ta đi biển phía Nam không? | 남쪽 |
| | 우리 **남**해 바다 갈까? | |

| phía Bắc | Em sống ở khu vực phía Bắc của sông. | 북쪽 |
| | 저는 강**북** 쪽에 살아요. | |

miền Bắc	Ở miền Bắc Việt Nam có Thành Phố Hà Nội, Hạ Long, Sapa vân vân.	북부
	베트남 **북부**에는 하노이, 하롱베이, 사파 등이 있습니다.	
	통 Bắc Bộ	

miền Trung	Ở miền Trung Việt Nam có nhiều điểm du lịch như Hội An, Đà Nẵng, Nha Trang vân vân.	중부
	베트남 **중부**에는 호이안, 다낭, 냐짱 등 관광 지역이 많습니다.	
	통 Trung Bộ	

miền Nam	Thành Phố Hồ Chí Minh nằm ở miền Nam Việt Nam và đó là một đô thị trung tâm kinh tế của Việt Nam.	남부
	호찌민 시는 베트남 **남부**에 위치하고 그곳은 베트남의 경제 중심 도시입니다.	
	통 Nam Bộ	

교통 및 위치 표현은 여행 시 가장 필요한 영역 중 하나입니다. rẽ trái(좌회전), rẽ phải(우회전), đi thẳng(직진) 등의 방향 표현이나 여러 가지의 교통수단을 베트남어로 알면 길을 묻고 답하는 데 유용할 수 있습니다.

위, 아래 등 방향을 이야기할 때 일반적으로 ở을 넣는데요. 이것은 '위(에)'라는 뜻으로 사용됩니다. 그 때문에 문장에 따라서, 상황에 따라서 적절하게 넣거나 생략해 주면 됩니다.

또한 베트남은 북부, 중부, 남부로 나누어 이야기하기 때문에 Bắc(북), Trung(중), Nam(남)을 정확히 알고 있다면 여행할 때 더욱 편하겠죠?

실전 대화로
연습해 봅시다!

Lái xe(운전기사) : Cô muốn đi đâu? 어디 가세요?

Khách hàng(손님) : Anh ơi, đi thẳng đường này sau đó rẽ phải nhé.
아저씨, 이 길로 쭉 직진 후 우회전해 주세요.

Lái xe : Dạ cô xuống ở bên phải phải không ạ?
네, 오른쪽에서 내리시는 거 맞죠?

Khách hàng : Dạ đúng rồi. Em xuống bên cạnh bệnh viện đó nhé.
네, 맞습니다. 저 병원 옆에서 내릴게요.

1 다음 단어를 아우르는 표현을 고르세요.

> xe buýt / tàu điện ngầm / tắc xi / tàu hỏa / máy bay / xe máy

① món ăn   ② màu sắc   ③ giao thông   ④ thời tiết

2 빈칸에 알맞은 단어를 쓰세요.

① Quyển sách ở _____ cái bàn. 책상 위에 책이 있어요.

② Con mèo nằm ở _____ cái ghế. 의자 아래에 고양이가 누워 있어요.

③ Chú ơi, _____ nhé. 아저씨, 좌회전해 주세요.

④ Cứ _____ nhé. 계속해서 직진하세요.

3 다음을 알맞게 연결하세요.

① 비행기   •   • xe ô tô

② 배   •   • xe máy

③ 오토바이 •   • máy bay

④ 자동차   •   • tàu thủy

4 다음을 보고 알맞은 단어를 쓰세요.

① ② ③

(   )   (   )   (   )

☐ tham quan ✎	Tôi muốn đi tham quan ở đảo Jeju. 저는 제주도를 **관광하고** 싶어요.	관광하다
☐ nơi tham quan	Anh làm ơn giới thiệu những nơi tham quan ở Việt Nam. 베트남의 **관광지**를 소개해 주세요.	관광지
☐ mùa du lịch	Dạo này là mùa du lịch nên rất bận. 요즘은 **관광 시즌**이라 매우 바빠요.	관광 시즌
☐ du lịch trong nước	Nghỉ hè này, tôi sẽ đi du lịch trong nước. 이번 여름 방학에는 **국내 여행**을 갈 예정입니다. 동 du lịch quốc nội	국내 여행
☐ du lịch nước ngoài	Mình muốn đi du lịch nước ngoài. 저는 **해외 여행**을 가고 싶어요. 동 du lịch quốc tế	해외 여행
☐ công ty du lịch	Công ty du lịch nào tốt nhất? 어느 **여행사**가 가장 좋을까요?	여행사
☐ chuyến giao thông	Chuyến giao thông đi thế nào? **교통편**은 어떻게 할까요?	교통편
☐ đặt khách sạn	Tôi muốn đặt khách sạn. **호텔 예약**을 하고 싶습니다.	호텔 예약

☐ hướng dẫn viên	Có hướng dẫn viên không? **관광 안내원**이 계십니까?	관광 안내원
☐ hộ chiếu	Người nước ngoài phải mang theo hộ chiếu nhé. 외국인은 **여권**을 꼭 가져 오셔야 합니다.	여권
☐ Visa	Có Visa không ạ? **비자**가 있으세요?	비자
☐ Visa nhập cảnh	Không cần Visa nhập cảnh. **입국 비자**는 필요 없습니다.	입국 비자
☐ lấy Visa	Không lấy Visa được ạ. **비자 발급**이 안 됩니다.	비자를 받다
☐ cảnh đêm	Cảnh đêm của Thành Phố Hồ Chí Minh rất đẹp. 호찌민의 **야경**은 매우 아름다워요.	야경
☐ phong cảnh	Phong cảnh của Đà Lạt rất đẹp. 달랏의 **풍경**은 정말 예쁩니다.	풍경
☐ thắng cảnh	Hãy giới thiệu về những thắng cảnh của Thành Phố Hà Nội nhé. 하노이의 **명소**들을 소개해 주세요.	명소, 풍경
☐ đặt bàn	Anh đã đặt bàn chưa? **식당 예약**을 하셨습니까? 동 đặt nhà hàng	식당 예약

☐ du lịch ba lô ✎	Tôi và bạn tôi muốn đi du lịch ba lô. 저는 친구와 **배낭여행**을 하고 싶어요.	배낭여행
☐ du lịch tự do	Tôi sẽ đi du lịch tự do một mình. 저는 혼자 **자유 여행**을 할 예정입니다.	자유 여행
☐ du lịch Tour	Có gia đình nên du lịch Tour tốt hơn. 가족이 있기 때문에 **패키지 여행**이 좋겠습니다. **동** du lịch trọn gói	패키지 여행
☐ sản phẩm du lịch	Có sản phẩm du lịch nào ạ? 어떤 **여행 상품**이 있습니까? **참고** chương trình du lịch 여행 프로그램	여행 상품
☐ hành lý	Anh có nhiều hành lý không? **짐**이 많습니까?	수화물, 짐
☐ giới thiệu	Anh có thể giới thiệu về nơi du lịch ở Việt Nam được không ạ? 베트남의 여행지를 **추천해** 주실 수 있나요?	추천하다
☐ nhà hàng ngon	Hãy giới thiệu về nhà hàng ngon ở Hội An cho tôi nhé. 저에게 호이안의 **맛집**을 소개해 주세요.	맛집
☐ hình ảnh	Hình ảnh này đẹp quá nhỉ. 이 **사진** 굉장히 예쁘네요.	사진

□ đặc sản	Đặc sản của Dae-gu là quả táo. 대구의 **특산품**은 사과입니다.	특산품
□ đồ kỷ niệm	Tôi muốn mua đồ kỷ niệm. **기념품**을 사고 싶어요. **동** quà lưu niệm	기념품
□ đặc sản nổi tiếng	Đặc sản nổi tiếng ở đây là cái gì? 이곳의 **명물**이 무엇인가요?	명물
□ khu vực	Khu vực nào nổi tiếng nhất? 어느 **지역**이 가장 유명한가요?	지역
□ địa phương	Tôi muốn du lịch cả hai nơi là địa phương và đô thị. 저는 **지방**과 도시 두 곳 다 여행하고 싶어요. **참고** quê 시골, 고향	지방
□ làng	Đây là Sapa và là làng dân tộc thiểu số. 이곳은 사파이며 소수 민족 **마을**입니다.	마을
□ tỷ giá hối đoái	Tỷ giá hối đoái tăng. **환율**이 올랐습니다.	환율
□ chênh lệch múi giờ	Chênh lệch múi giờ như thế nào? **시차**가 어떻게 됩니까?	시차
□ lễ hội	Anh đã đi lễ hội hoa Đà Lạt bao giờ chưa? 달랏의 꽃 **축제**를 가 보셨나요?	축제

인터넷 사이트에서 'công ty du lịch, tour du lịch'이라고 검색하면 베트남 여행 관련 내용이 자세히 나옵니다. 하노이, 호찌민의 데탐(Đề thám) 거리에 가면 여행자 거리가 있는데 Kim ca fe, Sinh ca fe 등에서 직접 관광지, 호텔, 교통 등의 예약이 가능합니다.

http://sinhcafehanoi.com.vn/ (하노이 씬카페 투어 웹사이트)

> 실전 대화로 연습해 봅시다!

Khách hàng(손님) :	Em muốn đi du lịch trong nước ạ. 국내 여행을 하고 싶습니다.
Nhân viên(직원) :	Thế à? Anh muốn đi đâu? Bãi biển hay núi? 그러세요? 어디를 가고 싶으세요? 바다요? 아니면 산이요?
Khách hàng :	Em muốn đi tắm biển. 저는 해수욕을 하러 가고 싶습니다.
Nhân viên :	Thế thì Thành Phố Nha Trang thế nào ạ? 그럼 냐짱은 어떠세요?
Khách hàng :	Tốt quá. 좋아요.
Nhân viên :	Anh sẽ đặt những gì ạ? 어떤 종류들을 예약하시겠습니까?
Khách hàng :	Em muốn đặt khách sạn và phương tiện giao thông. 저는 호텔과 교통편을 예약하고 싶습니다.
Nhân viên :	Dạ chờ một chút nhé. 네, 잠시만 기다려 주세요.

1 다음 단어 중 여행에 필요한 단어를 골라서 나열해 보세요.

lấy visa

xem tivi

học

tham quan

du lịch

khách sạn

sở thích

cảnh đêm

---

2 다음을 알맞게 연결하세요.

① 추천하다 •   • lễ hội

② 기념품 •   • tỷ giá hối đoái

③ 환율 •   • giới thiệu

④ 축제 •   • đồ kỷ niệm

3 빈칸에 알맞은 단어를 쓰세요.

① Anh đã _____ chưa? 식당 예약을 하셨습니까?

② Có gia đình nên _____ tốt hơn.
가족이 있기 때문에 패키지 여행이 좋겠습니다.

③ Anh có thể về _____ nơi du lịch Việt Nam được không ạ?
베트남의 여행지를 추천해 주실 수 있나요?

④ _____ nào nổi tiếng nhất? 어느 지역이 가장 유명한가요?

정답

1 lấy visa, du lịch, khách sạn, tham quan, cảnh đêm
2 ① giới thiệu   ② đồ kỷ niệm   ③ tỷ giá hối đoái   ④ lễ hội
3 ① đặt bàn   ② du lịch Tour(= du lịch trọn gói)   ③ giới thiệu   ④ khu vực

☐ thời trang	Đường Nguyễn Trãi của Thành Phố Hồ Chí Minh là đường thời trang như đường Myuong-Dong của Hàn Quốc. 호찌민의 응우옌짜이 거리가 한국의 명동과 같이 **패션** 거리입니다.	패션, 유행하는
☐ thời trang nhất	Sản phẩm này là thời trang nhất và bán chạy nhất. 이 상품이 **최신 유행**이고 가장 많이 팔려요.	최신 유행
☐ người bán	Người bán cố gắng bán hàng hóa. **상인**들은 열심히 상품을 팝니다.	상인
☐ khách hàng	Khách hàng đến rồi mà sao không ai ra? **손님**이 왔는데 왜 아무도 안 나오나요?	손님
☐ nổi tiếng	Sau khi được diễn viên nổi tiếng Hàn Quốc quảng cáo, sản phẩm trở nên nổi tiếng và được yêu thích. 한국의 **유명한** 배우가 광고한 후 굉장히 유행하고 인기 있는 상품입니다.	유명한
☐ khuyến mại	Có chương trình khuyến mại không? **할인** 프로모션이 있나요?	할인하다
☐ giá cả	Giá (cả) bao nhiêu? **가격**은 어떻게 됩니까?	가격
☐ đúng giá	Xin lỗi, đúng giá nên không giảm giá được ạ. 죄송합니다, 손님, **정찰제**라서 깎아 드릴 수가 없습니다.	정찰제

☐ tiền

Xin lỗi, không có tiền lẻ.
죄송하지만 잔**돈**이 없네요.

돈

☐ trang phục

Trang phục nhập học làm thế nào?
입학식 **복장**은 어떻게 할까요?

동 y phục 의복

복장

☐ quần áo

Cửa hàng quần áo này đẹp nhất.
이 **옷** 가게가 제일 괜찮더라고요.

옷

☐ áo

Tôi sẽ thay áo nhé.
옷을 갈아입을게요.

윗옷

☐ quần

Quần này mặc thử được không ạ?
이 **바지** 입어 봐도 될까요?

바지

☐ váy

Váy này bao nhiêu tiền vậy?
이 **치마** 얼마예요?

치마

☐ áo sơ mi

Em mua áo sơ mi cho bố em.
저희 아버지 **와이셔츠**를 사러 왔어요.

와이셔츠

☐ áo ngắn tay

Có áo ngắn tay không?
반팔 있나요?

반팔

☐ áo dài tay

Ban đêm rất lạnh nên phải chuẩn bị
áo dài tay nhé.
밤에는 추우니 **긴팔**을 준비하세요.

긴팔

quần cụt	Đừng mặc quần cụt nhé. **반바지**를 입지 마세요. 동 quần đùi	반바지
quần jean	Em có thể mặc quần jean được không? **청바지**를 입어도 되나요?	청바지
váy liền	Em muốn mua váy liền. **원피스**를 사고 싶어요.	원피스
áo khoác	Áo khoác này có đắt không? 이 **가디건**은 비싼가요?	가디건
áo khoác đông	Em đi du lịch ở Hàn Quốc nên em phải mua áo khoác đông. 한국에 놀러 가니 **겨울 외투**를 사야겠어요.	겨울 외투
trang phục công sở	Mặc trang phục công sở nhé. **정장**을 입고 오세요. 동 com lê	정장, 양복
đồ tập thể dục	Đồ tập thể dục mà sao đắt quá vậy? **트레이닝복**이 왜 이렇게 비싸요?	트레이닝복
đồ leo núi	Khi leo núi phải mặc đồ leo núi. 등산할 때는 **등산복**을 입어야 해요.	등산복
tất	Ở Việt Nam cũng mang tất à? 베트남에서도 **양말**을 신나요? 동 vớ	양말

□ áo lót nữ

Ở Việt Nam có cửa hàng áo lót nữ không?

베트남에 여성 **속옷** 가게가 있나요?

여성 상의 속옷

□ áo lót nam

Bán áo lót nam **không?**

남성 **러닝셔츠**도 파나요?

남성 상의 속옷

□ quần lót

Màu quần lót đa dạng.

팬티 색깔이 다양하네요.

팬티

□ tất tay

Tôi cần tất tay.

저는 **장갑**이 필요해요.

참고 găng tay 목장갑

(겨울용) 장갑

□ khăn quàng mùa đông

Nếu đi du lịch ở Hàn Quốc thì mua khăn quàng mùa đông **nhé.**

한국에 놀러 가려면 겨울용 **목도리**를 사는 게 좋아요.

참고 khăn quàng 스카프

목도리

□ kính mát

Em cần kính mát **để bảo vệ mắt.**

눈 보호를 위해 **선글라스**가 필요해요.

동 kính râm

선글라스

□ cái mũ

Tôi muốn mua cái mũ.

모자를 사고 싶어요.

동 cái nón

모자

□ khẩu trang

Dạo này có nhiều bụi nên cần khẩu trang.

요즘 먼지가 많아서 **마스크**가 꼭 필요해요.

마스크

giày dép	Giày (dép) này có màu trắng không? 이 **신발**로 하얀색이 있나요? 통 đôi giày	신발

giày thể thao	Tôi rất vừa ý giày thể thao này. 이 **운동화**가 너무 마음에 들어요.	운동화

giày (cao gót)	Giày cao gót này quá cao. 이 **구두**는 너무 높아요. 참고 giày cao gót dành cho nam 남성 구두	하이힐

dép lê	Đừng mang dép lê khi đến trường. 학교에 **슬리퍼**를 신고 오면 안 돼요.	슬리퍼

giày trong nhà	Em mang giày trong nhà ở đây được không? 여기서 **실내화**를 신어도 될까요?	실내화

đồ trang sức	Đây là cửa hàng đồ trang sức. 이곳은 **액세서리** 상점입니다.	액세서리

nhẫn	Em đeo nhẫn này được không? 이 **반지**를 껴 봐도 될까요?	반지

bông tai	Bông tai này có thể đeo thử được không? 이 **귀걸이**를 착용해 봐도 될까요?	귀걸이

vòng tay	Tôi muốn bán vòng tay này. 나는 이 **팔찌**를 팔고 싶어요.	팔찌

☐ vòng cổ	Vòng cổ này dài quá. 이 **목걸이**는 너무 길어요.	목걸이
☐ nước hoa	Em có thể xịt nước hoa này được không? 이 **향수**를 뿌려 봐도 될까요?	향수
☐ nước dưỡng da	Sau khi rửa mặt phải bôi nước dưỡng da nhé. 세수한 후 **스킨**을 꼭 발라 주세요.	스킨
☐ sữa dưỡng da	Sau khi bôi nước dưỡng da, bôi sữa dưỡng da nhé. 스킨을 바른 뒤 **로션**을 발라 주세요.	로션
☐ son môi	Diễn viên đó đã quảng cáo son môi này. 저 배우가 이 **립스틱**을 광고했어요.	립스틱
☐ túi xách	Túi xách này kiểu đẹp quá. 이 **가방** 디자인이 너무 예뻐요.	가방
☐ phong bì	Cho tôi phong bì nhé. **봉투**를 주세요. 동 túi giấy	봉투
☐ đổi lại	Nếu có vấn đề thì đổi lại giùm tôi được không? 만약 문제가 있다면 **교환해** 주실 수 있나요?	교환하다
☐ sửa chữa	Nếu bị lỗi thì em sẽ sửa chữa cho. 만약 이상이 있으면 **수리해** 드릴게요.	수리하다

〈쇼핑할 때 필수 표현〉

얼마예요? Bao nhiêu tiền?

너무 비싸요. Đắt quá (북) / Mắc quá (남)

깎아 주세요. Giảm giá đi.

가장 잘 팔리는 상품이 무엇인가요? Sản phẩm nào bán chạy nhất?

조금 더 큰 사이즈가 있나요? Có size to hơn không?

조금 더 작은 사이즈가 있나요? Có size nhỏ hơn không?

카드 결제가 가능합니까? Có thể trả tiền bằng thẻ được không?

요즘에는 야시장, 일반 시장에서 정찰제(đúng giá)를 시행하고 있습니다. 그렇지만 베트남어로 깎아 달라는 표현을 잘 익혀 두었다가 말해 보면 저렴하게 구매할 수도 있습니다.

베트남 화폐를 계산할 때에는 베트남 돈에서 20을 나누면 원화로 얼마 정도인지 알 수 있습니다. 예를 들어 베트남 돈으로 10만 동은 (20을 나누어) 원화로 5천 원이 됩니다.

실전 대화로 연습해 봅시다!

Người bán hàng(상인) : Chị cần gì ạ?　무엇이 필요하십니까?

Khách hàng(손님) : Tôi muốn mua áo trắng này.
　　　　　　　　저는 이 하얀색 셔츠를 사고 싶어요.

Người bán hàng : Chị muốn mặc thử không?　입어 보시겠어요?

Khách hàng : Dạ vâng. Cái này bao nhiêu tiền?　네. 이것은 얼마입니까?

Người bán hàng : 150,000(một trăm năm mươi nghìn) đồng.　15만 동입니다.

Khách hàng : Đắt quá. Giảm giá đi.　너무 비싸요. 깎아 주세요.

Người bán hàng : Chị muốn bao nhiêu?　얼마를 원하세요?

Khách hàng : 100,000 (một trăm nghìn) được không?　10만 동 가능할까요?

Người bán hàng : Ok. Em bán cho chị.　네. 그렇게 드릴게요.

Khách hàng : Cảm ơn chị nhé.　감사합니다.

1 다음 빈칸에 알맞은 뜻을 쓰세요.

①   ②   ③

(   )   (   )   (   )

2 다음 중 바르게 연결되지 <u>않은</u> 것을 고르세요.

① 유행하는 – thời trang

② 유명한 – nổi tiếng

③ 정찰제 – đúng giá

④ 할인하다 – tiền

3 다음 빈칸에 알맞은 단어를 쓰세요.

① Dạo này có nhiều bụi nên cần _____.

요즘 먼지가 많아서 마스크가 꼭 필요해요.

② _____ này quá cao.   이 구두는 너무 높아요.

③ Tôi muốn mua _____ này.   이 팔찌를 사고 싶어요.

④ Cho vào _____ nhé.   봉투에 쓰세요.

정답

1 ① khăn quàng   ② nước hoa   ③ quần

2 ④

3 ① khẩu trang   ② Giày (Cao gót)   ③ vòng tay   ④ phong bì

4 음식

☐ món ăn	Món ăn này thế nào? 이 **음식**은 어때요?	음식
☐ thực phẩm	Thực phẩm này đã sản xuất ở Hàn Quốc. 이 **식품**은 한국에서 제조했습니다. 동 thức ăn	식품
☐ gạo	1 kí gạo bao nhiêu? 이 **쌀** 1kg에 얼마예요?	쌀
☐ lẩu	Anh ăn lẩu hải sản không? 해산물**탕** 먹을래요?	탕
☐ cơm	Cho tôi một bát(chén) cơm nữa. **밥** 한 그릇 더 주세요.	밥
☐ canh	Canh này ngon lắm. 이 **국**은 정말 맛있네요. 동 xúp	국
☐ kho thịt	Chị biết cách kho thịt không? **장조림** 만드는 방법을 아세요?	장조림
☐ đồ rán	Có đồ rán không? **튀김** 있어요? 남부 đồ chiên	튀김
☐ rau xào	Cho tôi thêm 2 đĩa(dĩa) rau xào nữa nhé. **채소 볶음** 2접시 더 주세요.	채소 볶음

mì xào bò	Có mì xào bò Việt Nam không? 베트남 **소고기 볶음면** 있어요?	소고기 볶음면
mì gói	Mì gói Việt Nam ngon lắm. 베트남 **라면**은 맛있어요. **통** mì tôm	라면
phở	Tôi thích phở. 저는 **쌀국수**를 좋아해요.	쌀국수
cơm rang	Nhà hàng này cơm rang hải sản ngon lắm đấy. 이 식당은 해산물 **볶음밥**이 맛있어요. **통** cơm chiên	볶음밥
gỏi cuốn	Cho tôi một đĩa gỏi cuốn nhé. **월남쌈** 한 접시 주세요.	월남쌈
bánh gạo	Người Hàn Quốc rất thích bánh gạo. 한국 사람들은 **떡**을 좋아해요.	떡
bánh mì	Bánh mì Việt Nam rất hợp khẩu vị với người Hàn Quốc. 베트남 **샌드위치(반미)**는 한국 사람들 입맛에 잘 맞아요.	빵(베트남식 샌드위치)
bánh ngọt	Tôi muốn ăn bánh ngọt đó. 저는 **과자**가 먹고 싶어요.	과자
thịt	Em thích loại thịt nào? 어떤 **고기** 종류를 좋아해요?	고기

thịt gà ✎	Có thịt gà nướng không? 훈제 **닭고기** 있나요?	닭고기
thịt bò	Bạn thích thịt bò không? **소고기** 좋아해요?	소고기
thịt lợn	Tôi không thích thịt lợn. 전 **돼지고기**를 좋아하지 않아요. **남부** thịt heo	돼지고기
trứng	Trứng hôm nay có tươi không? 오늘 **계란**은 싱싱한가요?	계란
hải sản	Chúng ta đi ăn món hải sản nhé. **해산물** 요리를 먹으러 가자.	해산물
cua	Cho tôi bánh canh cua nhé. 베트남식 **게살** 쌀국수(반깐꾸어) 주세요.	게
con sò	Có món sò không? **조개** 요리 있어요?	조개
cá	Món cá không sao hả? **생선** 요리 괜찮아요?	생선
rau	Phải ăn rau, tốt cho sức khỏe. **채소**를 먹어야 건강에 좋아요.	채소

☐ **hành tây** ✎	Tôi cần hành tây. **양파**가 필요해요.	양파
☐ **giá đỗ**	Trong món ăn Việt Nam thường cho nhiều giá đỗ. 베트남 음식에는 보통 **숙주**가 많이 들어가요.	숙주
☐ **hành**	Nếu cho hành vào thì ngon hơn. **파**를 넣어야 더 맛있어요.	파
☐ **cà rốt**	Tôi không muốn ăn cà rốt. **당근** 먹기 싫어요.	당근
☐ **xà lách**	Nếu ăn xà lách thì buồn ngủ lắm. **상추**를 먹으면 졸려요.	상추
☐ **bắp cải thảo**	Nếu làm Kim-Chi thì phải dùng bắp cải thảo. 김치를 만들려면 **배추**가 필요해요.	배추
☐ **củ cải**	Hãy cắt lát mỏng củ cải nhé. **무**를 잘게 썰어 주세요.	무
☐ **ngò**	Tôi không thích ngò. 저는 **고수**를 싫어해요.	고수
☐ **ớt**	Ớt này cay nhiều không? 이 **고추** 많이 매운가요?	고추

☐ khoai tây	Tôi thích khoai tây nhất. 저는 **감자**를 가장 좋아해요.	감자
☐ khoai lang	Tôi thích khoai lang hơn khoai tây. 저는 감자보다 **고구마**를 더 좋아해요.	고구마
☐ cà chua	Cà chua này tươi lắm đấy. **토마토**가 굉장히 신선하네요.	토마토
☐ tỏi	Cho tôi tỏi băm nhé. 다진 **마늘**을 주세요.	마늘
☐ đậu	Tôi thích món đậu. **콩** 요리를 좋아해요.	콩
☐ nấm	Anh thích món nấm không? **버섯** 요리 좋아하세요?	버섯
☐ hoa quả	Tôi rất thích hoa quả. 저는 **과일**을 굉장히 좋아해요. 남부 trái cây	과일
☐ quả chuối	Quả chuối của Việt Nam rất ngọt. 베트남산 **바나나**는 굉장히 달아요.	바나나
☐ quả nho	Quả nho này một kí bao nhiêu? 이 **포도** 1kg에 얼마예요?	포도

☐ quả dâu	Quả dâu này vừa không ngọt vừa chua. 이 **딸기**는 달지도 않고 셔요.	딸기
☐ quả táo	Cho tôi 2 kí táo nhé. **사과** 2kg 주세요.	사과
☐ quả cam	Quả cam này chua lắm. 이 **오렌지**는 너무 셔요.	오렌지
☐ quả sầu riêng	Em ăn thử quả sầu riêng này nhé. 이 **두리안**을 한번 먹어 보세요.	두리안
☐ quả xoài	Quả xoài của Việt Nam ngon hơn quả xoài của Philippine. 베트남산 **망고**가 필리핀산 **망고**보다 더 맛있네요.	망고
☐ quả thanh long	Tháng 5~6 là thời điểm quả thanh long ngon nhất. **용과**는 5~6월에 먹는 게 가장 맛있어요.	용과
☐ quả nhãn	Nghe nói quả nhãn là một hoa quả Dương Qúy Phi thích nhất. **리치**는 양귀비가 가장 좋아하던 과일이래요.	용안(리치)
☐ quả dừa	Cho tôi quả dừa lạnh nhé. 시원한 **코코넛**으로 주세요.	코코넛
☐ quả dứa	Nếu ăn quả dứa thì dễ tiêu hóa. **파인애플**을 먹으면 소화가 잘 돼요. 남부 quả thơm	파인애플

☐ quả quýt	Trong quả quýt Việt Nam có hạt. 베트남 **귤**에는 씨가 있어요.	귤
☐ quả bơ	Quả bơ phải chín đều thì ngon lắm. **아보카도**는 푹 익어야 맛있어요.	아보카도
☐ quả dưa hấu	Quả dưa hấu của Việt Nam hình dáng hơi dài. 베트남산 **수박**의 모양은 조금 길어요.	수박
☐ quả bưởi	Quả bưởi tốt cho ăn kiêng. **자몽**은 다이어트에 좋대요.	자몽
☐ quả chanh leo	Hình dáng của quả chanh leo lạ quá vậy. **패션후르츠**가 신기하게 생겼어요. 남부 quả chanh dây	패션후르츠
☐ quả chôm chôm	Cho tôi biết cách ăn quả chôm chôm. **람부탄** 먹는 방법을 알려 주세요.	람부탄
☐ quả dưa lê	Ở siêu thị cũng có bán dưa lê ạ. 마트에 가면 **멜론**도 팔아요.	멜론
☐ gia vị	Trong món ăn này có gia vị nào? 이 음식에는 어떤 **양념**이 들어갔어요?	양념
☐ tương ớt Hàn Quốc	Em nghĩ lúc đi du lịch chắc sẽ cần, nên em đã mang theo tương ớt Hàn Quốc. 여행 가면 필요할까 봐 **고추장**을 가져왔어요.	고추장

☐ tương ớt	Cho tôi tương ớt nhé. **칠리소스** 좀 주세요.	칠리소스
☐ nước tương	Nước tương ở đâu? **간장**이 어디에 있나요?	간장
☐ muối	Chắc là phải cho muối vào nữa. **소금**을 더 넣어야 할 것 같아요.	소금
☐ đường	Cho tôi sữa không đường nhé. **설탕**이 들어가지 않은 우유를 주세요.	설탕
☐ nước mắm	Lần đầu tiên khi tôi ăn nước mắm thấy không hợp khẩu vị, nhưng bây giờ quen rồi nên rất ngon. **늑맘**을 처음 먹을 때 입맛에 안 맞았는데 지금은 적응돼서 굉장히 맛있어요.	늑맘 (베트남 전통 소스)
☐ bột mì	Cho tôi bột mì. **밀가루** 좀 주세요.	밀가루
☐ đồ uống	Có thực đơn đồ uống hả? **음료** 메뉴가 있나요? [통] nước uống	음료
☐ sinh tố	Cho tôi sinh tố bơ nhé. 아보카도 **스무디** 주세요.	스무디
☐ nước ép	Bưởi ép nay ngon quá. 이 자몽 **주스**는 굉장히 맛있네요.	주스

186

☐ nước ngọt	Nước ngọt của Việt Nam có loại nào? 베트남 **탄산음료**에는 어떤 종류가 있나요?	탄산음료
☐ nước đá	Cho tôi nước đá. **얼음물** 주세요.	얼음물
☐ nước nóng	Cho tôi xin nước nóng nhé. **따뜻한 물**로 부탁해요.	따뜻한 물
☐ cà phê	Nghe nói cà phê Việt Nam ngon lắm đấy. 베트남 **커피**가 맛있대요.	커피
☐ sữa	Có sữa sô-cô-la không? 초코 **우유** 있나요?	우유
☐ bia	Bia nào ngon nhất? 어떤 **맥주**가 가장 맛있나요?	맥주
☐ rượu	Có rượu truyền thống Việt Nam không? 베트남 전통 **술**이 있나요?	술
☐ trà	Cho tôi trà đá. **짜다** 주세요. 참고 '짜다'는 베트남 식당에서 흔하게 마실 수 있는 차	차(tea)
☐ sữa chua	Loại sữa chua của Việt Nam rất đa dạng. 베트남 **요거트**는 종류가 다양해요.	요거트

☐ phô mai | Nếu cho phô mai vào sẽ ngon hơn. | 치즈
치즈를 넣으면 더 맛있어요.
동 phô mát

🖉

☐ ngon | Món ăn Việt Nam rất ngon. | 맛있다
베트남 음식은 매우 **맛있어요**.

☐ vị | Cái này là vị gì vậy? | 맛
이게 무슨 **맛**이지?

☐ ngọt | Quá ngọt nên không thể ăn được. | 달다
너무 **달아서** 못 먹겠어요.

☐ mặn | Súp này mặn quá. Cho thêm nước súp nữa nhé. | 짜다
이 국물은 너무 **짜요**. 국물을 더 주세요.

☐ đắng | Thuốc bổ đắng tốt cho sức khỏe hơn. | 쓰다
쓴 보약이 건강에 더 좋아요.

☐ chua | Quả dâu này chua quá. | 시다
딸기가 너무 **셔요**.

☐ cay | Em có thể ăn món cay được không? | 맵다
매운 음식을 드실 수 있으세요?

☐ nhạt | Vì nhạt quá nên cho thêm muối vào nữa nhé. | 싱겁다
너무 **싱거워서** 그러는데 소금 좀 더 넣어 주세요.

☐ **đậm**
Súp này đậm quá vậy.
국물이 굉장히 **진하네요**.
진하다

☐ **bùi**
Đậu phộng này rất bùi.
이 땅콩은 굉장히 **고소해요**.
고소하다

추 가 어 휘

☐ bún 쌀로 만든 국수
☐ cơm trộn 비빔밥
☐ chả giò 짜조(춘권) 통 nem
☐ cháo 죽
☐ thức ăn nhanh 인스턴트 식품
☐ gà rán 치킨
☐ cá sống 회
☐ rong biển 미역
☐ rau thơm 향채
☐ đậu phụ 두부
☐ súp lơ-xanh 브로콜리
☐ bí ngô 호박

☐ gừng 생강
☐ quả măng cụt 망고스틴
☐ quả đào 복숭아
☐ quả chanh 라임
☐ quả ổi 구아바
☐ dầu ăn 식용유
☐ bột gạo 찹쌀가루
☐ mì chính 조미료
☐ cà phê sữa đá 아이스 밀크 커피
☐ cà phê sữa nóng 따뜻한 밀크 커피
☐ nước mía 사탕수수 음료
☐ sữa đậu 두유

Món ăn Việt Nam 베트남의 음식

- Bún thịt nướng : 여러 가지 채소, 춘권, 돼지고기 등을 늑맘에 버무려 먹는 국물 없는 쌀국수입니다.
- Mì xào bò : mì(미)는 국수, xào(싸오)는 볶다, bò(버)는 소고기라는 뜻입니다. 베트남식 라면에 채소, 소고기와 각종 양념 소스를 넣고 볶아 먹습니다.
- Bún bò Huế : 일반 쌀국수와는 조금 달리 칼칼한 국물(고추기름 첨가)과 여러가지 고기를 넣고 고수나 채소 등을 기호에 맞게 넣어서 먹습니다.
- Dê nướng : 암염소 가슴살 부위를 채소 등과 함께 구워서 먹는 음식입니다.
- Lẩu dê : 염소에 내장, 마, 채소 등을 넣고 푹 끓인 음식입니다.
- Gỏi cuốn : 한국 사람에게도 굉장히 익숙한 음식이죠? 바로 월남쌈입니다. 베트남 월남쌈은 새우, 고기, 쌀국수면, 채소 등을 넣고 돌돌 말아 준 뒤, 소스를 찍어 먹습니다.

Đồ uống Việt Nam 베트남의 음료

- Sinh tố : 과일, 연유, 얼음 등을 갈아서 마시는 주스
- Nước ép : 과일의 즙을 내어 마시는 주스
- Nước ngọt : 탄산음료

> 실전 대화로 연습해 봅시다!

Nhân viên :   Anh cần gì ạ?   무엇이 필요하십니까?

Khách hàng : Cho tôi một đĩa gỏi cuốn và một bún bò Huế.
                      월남쌈 한 접시와 분보후에 하나 주세요.

Nhân viên :   Dạ, anh muốn uống gì ạ?   네, 음료는 무엇으로 하시겠어요?

Khách hàng : Cho tôi một cốc nước chanh nhé.   라임 주스 한 잔 주세요.

1 다음을 보고 알맞은 단어를 쓰세요.

① (   )   ② (   )   ③ (   )

④ (   )   ⑤ (   )

2 다음 중 맛을 나타내는 표현이 <u>아닌</u> 것을 고르세요.

① cay   ② ngọt   ③ chua   ④ mệt

3 다음 빈칸에 알맞은 표현을 쓰세요.

① Món ăn này _____ quá.   이 음식은 매우 맛있어요.

② Trời ơi, _____ quá.   저런, 너무 매워요.

③ Đừng cho _____ vào nhé.   향채를 넣지 마세요.

④ _____ này thế nào?   이 음식 어때요?

VI

사회

1 정치

chính trị

Thành Phố Hà Nội là thủ đô chính trị của Việt Nam.

하노이는 베트남의 **정치** 수도입니다.

정치

đại biểu quốc hội

Đại biểu quốc hội của Việt Nam thế nào?

베트남의 **국회의원**들은 어떻습니까?

국회의원

chủ tịch

Hiện nay chủ tịch của Việt Nam là ai?

현재 베트남의 **주석**은 누구입니까?

주석

nhà chính trị

Nhà chính trị của Việt Nam thì thế nào?

베트남의 **정치가**들은 어떠합니까?

정치가

hiệp định thương mại tự do

Hàn Quốc và Việt Nam đã ký kết hiệp định thương mại tự do.

한국과 베트남은 **자유무역협정**이 체결되었습니다.

자유무역협정 (FTA)

tranh luận

Sự hòa hợp quan trọng hơn sự tranh luận.

논쟁보다는 화합이 더 중요합니다.

논쟁하다

đấu tranh

Việt Nam đã đấu tranh vì tự do.

베트남은 자유를 위해 **투쟁하였습니다**.

투쟁하다

thuộc địa

Việt Nam là một nước thuộc địa của Mỹ, Pháp, Nhật Bản.

베트남은 일본, 프랑스, 미국 등의 **식민지**였습니다.

식민지

☐ bị phế truất	Tổng thống đó bị phế truất như thế nào? 그 대통령은 어떻게 **탄핵당했나요?** 참고 phế truất 탄핵하다	탄핵을 당하다
☐ ủng hộ	Em rất ủng hộ ứng cử viên đó. 저는 그 후보를 **옹호합니다.**	옹호하다
☐ cải thiện	Pháp luật phải được cải thiện để quốc gia phát triển. 나라가 발전하기 위해서는 여러 법률들이 반드시 **개선되어야** 합니다.	개선하다
☐ giao lưu	Hàn Quốc và Việt Nam đang tích cực giao lưu. 한국과 베트남은 서로 활발히 **교류** 중입니다.	교류하다
☐ bỏ phiếu bầu cử	Hôm nay tôi sẽ đi bỏ phiếu (bầu cử). 오늘 저는 대통령 **선거를 하러** 갈 예정입니다.	선거하다, 선출하다
☐ biểu quyết	Chúng ta phải biểu quyết. 우리는 반드시 **투표해야** 합니다.	투표하다
☐ quyền bầu cử	Năm nay em đã 20 tuổi rồi nên em có quyền bầu cử. 올해 저는 20살이 되었기 때문에 **선거권**이 있습니다.	선거권

공산주의 국가인 베트남은 대통령이라는 표현 대신 주석이라는 표현을 사용합니다. 베트남어의 70% 이상이 한자의 영향을 받았기 때문에 특히 정치, 사회 부분에서는 한자와 비슷한 단어가 많습니다. 그렇기 때문에 외우기 힘든 단어들은 한자를 유추해서 읽으면 쉽습니다.

- 대통령 = tổng thống [똥통]
- 주석 = chủ tịch [쭈띡]
- 정치 = chính trị [찐찌]

베트남의 수도(thủ đô)이자 정치 도시는 Hà Nội(하노이)입니다. 현재 베트남과 한국은 활발히 교류(giao lưu) 중이지요. 그렇기 때문에 이런 단어도 습득하면 베트남 사람들과 정치, 사회 이야기를 할 때 매우 유용할 것입니다.

> 실전 대화로
> 연습해 봅시다!

Người Hàn Quốc : Dạo này nhiều người Hàn Quốc quan tâm đến Việt
　　　　　　　　　Nam.　요즘 많은 한국 사람들이 베트남에 관심을 가지고 있어요.

Người Việt Nam : Thế à?　그래요?

Người Hàn Quốc : Đúng rồi. Hàn Quốc và Việt Nam đang tích cực giao
　　　　　　　　　lưu mà.　네. 한국과 베트남은 서로 활발히 교류 중이잖아요.

Người Việt Nam : Tốt quá. Bạn nói tiếng Việt hay quá.
　　　　　　　　좋네요(잘됐네요). 베트남어를 참 잘하시네요.

1 다음 중 한자의 영향을 받지 <u>않은</u> 단어를 고르세요.

① Chính trị   ② Tổng thống   ③ Chủ tịch   ④ Thời tiết

2 베트남의 국가 주석을 부르는 명칭을 고르세요.

① chủ tịch   ② tổng thống   ③ đại biểu quốc hội   ④ nhà chính trị

3 '자유무역협정(FTA)'은 '자유+무역+협정'이라는 단어를 조합한 것입니다.
다음 중 자유무역협정에 해당하지 <u>않는</u> 단어를 고르세요.

① Hiệp định   ② Thương mại   ③ Tự do   ④ Thuộc địa

4 다음 빈칸에 알맞은 단어를 쓰세요.

① Sự hòa hợp quan trọng hơn sự _____.
논쟁보다는 화합이 더 중요합니다.

② Em rất _____ ứng cử viên đó. 저는 그 후보를 옹호합니다.

③ Hàn Quốc và Việt Nam đang tích cực _____.
한국과 베트남은 서로 활발히 교류 중입니다.

④ Chúng ta phải _____. 우리는 반드시 투표해야 합니다.

정답

1 ④   **2** ①   **3** ④
4 ① tranh luận   ② ủng hộ   ③ giao lưu   ④ biểu quyết

☐ xã hội

Chúng ta phải bảo vệ những người yếu trong xã hội.

우리는 **사회**적 약자들을 보호해야 합니다.

사회

☐ phúc lợi

Công trình phúc lợi công cộng này rất tốt.

이곳의 공공 **복지** 시설은 매우 좋습니다.

복지

☐ chế độ

Công ty đó chế độ phúc lợi thế nào?

그 회사는 복지 **제도**가 어떻게 됩니까?

제도

☐ quan niệm

1) Cái đó là những quan niệm sai lầm.

그것은 잘못된 **관념**(생각)입니다.

2) Chúng ta phải bỏ quan niệm vốn cố định(định kiến).

우리는 고정 **관념**을 버려야 합니다.

관념

☐ khái niệm

Anh ấy không có khái niệm gì về thời gian cả.

그는 시간 **개념**이 전혀 없다.

동 quan niệm

개념

☐ cấm

Cấm đỗ xe.

주차 **금지**

금지

☐ ma túy

Nghiện ma túy rồi.

마약에 중독되다.

마약

☐ hoạt động tình nguyện

Em đã hoạt động tình nguyện ở Việt Nam rồi.

저는 베트남에서 **봉사 활동**을 했습니다.

봉사 활동

□ tôn giáo	Có nhiều loại tôn giáo trên thế giới như đạo Cơ đốc, đạo Phật, đạo thiên Chúa. 천주교, 불교, 기독교와 같이 세계에는 다양한 **종교**가 있다.	종교
□ tôn trọng	Chúng ta phải tôn trọng những ý kiến. 우리는 그 의견들을 **존중해야** 합니다.	존중하다
□ giá trị quan	Giá trị quan của mỗi người khác nhau. 모든 사람의 **가치관**은 다릅니다.	가치관
□ tiêu chuẩn	Tháng này tiền bán đã đạt tiêu chuẩn rồi. 이번 달 매출은 **기준**치에 달했습니다.	기준
□ trật tự	Anh phải giữ trật tự theo những quy phạm này. 당신은 이 규범들에 따라 **질서**를 지켜야 합니다. 동 quy luật	질서, 규범
□ quan hệ	Quan hệ của hai nước vẫn gần gũi nhau. 두 나라의 **관계**는 여전히 가깝습니다.	관계
□ kính trọng	Em rất kính trọng giáo sư đó. 저는 그 교수님을 매우 **존경합니다**.	존경하다
□ hệ thống	Hệ thống của quốc gia này tốt nhất trên thế giới. 이 국가의 **시스템**은 전 세계에서 가장 좋습니다.	체계, 시스템

nhân dân	Anh ấy là một tổng thống vì nhân dân. 그는 **시민**을 위한 대통령입니다.	시민
tự do	Mọi nhân dân có quyền tự do. 모든 시민은 **자유** 권리가 있습니다.	자유
thân phận (chế độ thân phận)	Trước đây có thân phận (chế độ thân phận) nhưng bây giờ bỏ chế độ đó rồi. 옛날에는 **신분** 제도가 있었으나 지금은 그 제도가 폐지되었습니다.	신분
quy mô	Quy mô thế nào? **규모**가 어느 정도입니까?	규모
môi trường	Chúng ta phải giữ gìn môi trường. **환경**을 보호해야 합니다.	환경
người khuyết tật	Cần có chính sách bảo vệ người khuyết tật. **장애인**을 위한 보호가 필요합니다.	장애인
hiện đại	Xã hội hiện đại càng ngày càng phát triển nhanh. **현대** 사회는 나날이 빠르게 발전합니다.	현대
mục đích	Em phải có(giữ) ý thức mục đích. 너는 반드시 **목적** 의식을 가져야 해.	목적
giá trị	Hành động đó là có giá trị cao quý. 그 행동은 귀중한 **가치**가 있습니다.	가치

biểu tượng	Biểu tượng đó nghĩa là gì? 그것을 **상징**하는 것이 무엇입니까?	상징
đảng cộng sản	Nếu học ở Việt Nam thì phải học môn đảng cộng sản. 만약 베트남에서 공부한다면 반드시 **공산당** 과목을 공부해야 합니다.	공산당
chủ nghĩa dân chủ	Hàn Quốc là một quốc gia chủ nghĩa dân chủ. 한국은 **민주주의** 국가입니다.	민주주의
chủ nghĩa tư bản	Quốc gia chủ nghĩa tư bản thế nào? **자본주의** 국가는 어떻습니까?	자본주의
chủ nghĩa cộng sản	Anh suy nghĩ như thế nào về chủ nghĩa cộng sản? **공산주의**에 대해서 어떻게 생각하십니까?	공산주의

한국은 1992년 베트남과 대사급 외교 관계가 수립되었습니다. 그리고 그 이후부터 경제, 기술, 문화 등 다양한 방면에서 교류하며 협력하고 있습니다.

베트남은 오래전부터 천연자원이 많고 노동력이 저렴하며, 베트남 사람들이 부지런하다는 이유로 한국 기업이 꾸준히 관심을 가지고 있는 나라 중 하나입니다.

> 실전 대화로
> 연습해 봅시다!

Mai : Chắc là giá trị quan của Duy và MinSu khác nhau nhỉ?
아마 민수랑 주이의 가치관이 좀 다른 것 같지?

Loan : Đúng rồi. chắc là Minsu không tôn trọng ý kiến của Duy. Cho nên hai người đã cãi nhau một chút.   맞아. 아마 민수가 주이의 의견을 존중하지 않은 것 같아. 그래서 둘이 좀 싸운 것 같더라.

Mai : Trời ơi, Minsu Sao vậy? Chắc là Minsu nghĩ Việt Nam là một nước nghèo nên Minsu đã không tôn trọng bạn Duy.
아, 민수가 왜 그랬지? 아마 민수는 베트남이 조금 열악한 나라라고 생각해서 주이의 의견을 존중하지 않은 것 같아(무시한 것 같아).

Loan : Chắc là như vậy. Chúng ta không nên làm như Minsu nhé.
아마 그런 것 같아. 우리는 민수처럼 그러지 말자.

1 다음 중 한자에서 파생되지 <u>않은</u> 베트남어를 고르세요.

① Xã hội ② Chế độ ③ Quan niệm ④ Ăn

2 베트남은 어떤 국가인지 고르세요.

① Chủ nghĩa dân chủ   ② Chủ nghĩa tư bản

③ Chủ nghĩa cộng sản   ④ Chủ nghĩa hệ thống

3 '존중하다'라는 단어로 알맞은 것을 고르세요.

① Tôn trọng ② Tiêu chuẩn ③ Quan hệ ④ Kính trọng

4 다음 빈칸에 알맞은 표현을 쓰세요.

① Chúng ta phải bảo vệ những người yếu thế trong _____.
우리는 사회적 약자들을 보호해야 합니다.

② Công ty đó _____ phúc lợi thế nào?
그 회사는 복지 제도가 어떻게 됩니까?

③ _____ của hai nước vẫn gần gũi nhau.
두 나라의 관계는 여전히 가깝습니다.

④ Anh ấy là một tổng thống vì _____.
그는 시민을 위한 대통령입니다.

정답

1 ④   **2** ③   **3** ①

4 ① xã hội ② chế độ ③ quan hệ ④ nhân dân

Track 26

☐ vấn đề	Vấn đề là cái gì? 문제가 무엇입니까?	문제
☐ thỏa thuận	Có thể thỏa thuận được không? 합의가 가능합니까?	합의하다
☐ cãi nhau	Em chỉ cãi nhau thôi. 말싸움을 했을 뿐입니다.	말싸움하다
☐ đánh nhau	Em không đánh nhau. 몸싸움은 하지 않았습니다.	몸싸움하다
☐ bị tai nạn	Em đã bị tai nạn với xe máy. 오토바이와 추돌 사고가 났습니다.	사고 나다
☐ ly hôn	Tôi đã ly hôn 3 năm trước. 저는 3년 전에 이혼했습니다.	이혼하다
☐ tố cáo	Tố cáo hình sự rồi. 형사 고발했습니다.	고소하다
☐ xảy ra	Tôi muốn biết về lý do xảy ra sự kiện này. 이 사건이 **발생한** 이유에 대해서 알고 싶습니다. 동 gây ra	발생하다, 발발하다, 생기다
☐ xử lý	Em đã xử lý hợp lý về vấn đề đó không? 그 문제에 대해서 적절하게 **대처하였습니까**?	대처하다, 처리하다

☐ đáng ngờ	Em thấy rất đáng ngờ nhưng em sẽ tin một lần nữa. **의심스럽지만** 한 번 더 믿겠습니다. 📄 nghi ngờ	의심스럽다
☐ nguyên nhân	Chúng ta phải tìm từ nguyên nhân cơ bản. 우리는 근본적인 **원인**부터 찾아야 합니다. 🔲 kết quả 결과	원인
☐ giải quyết	Chúng ta phải ứng xử bình tĩnh để giải quyết sự kiện đó. 그 사건을 **해결하기** 위해서는 좀 더 침착하게 대응해야 합니다.	해결하다
☐ so sánh	Đừng so sánh nhé. **비교하지** 마세요.	비교하다
☐ trường hợp	Trường hợp này là trường hợp đặc biệt. 이 **경우**는 특별한 **경우(상황)**입니다.	경우, 상황
☐ chú ý	Cho nên phải chú ý một chút nhé. 그러므로 반드시 조금 **주의해** 주세요.	주의하다
☐ yêu cầu	Cái đó là yêu cầu vô lý. 그것은 말도 안 되는 **요구입니다**.	요구하다
☐ chứng cứ	Có chứng cứ không? **증거** 있습니까?	증거

☐ người làm chứng	Không có người làm chứng nên không tin được. **증인**이 없기 때문에 믿기 어렵습니다.	증인
☐ phạm nhân	Ai là phạm nhân? 누가 **범인**입니까?	범인
☐ phản bội	Tại sao phản bội? 왜 **배신했어요**?	배신하다
☐ bị lừa	Bị lừa rồi. Anh có thể giúp mình được không? **사기를 당했어요**. 저 좀 도와주실 수 있을까요?	사기를 당하다

베트남에서 사고가 난다거나, 시비가 붙는다든가, 싸움이 일어날 때 외국인으로서 정말 난감하고 어려울 수밖에 없습니다. 트러블이 일어나지 않고 완만하게 해결하는 것이 가장 급선무이며, 문제를 잘 해결하기 위해 간단한 베트남어를 배워서 활용하면 좋지 않을까 싶습니다.

"무슨 문제있나요?"의 표현

- Có chuyện gì thế?
- Có chuyện gì vậy?
- Có việc gì không?
- Có vấn đề gì?

실전 대화로
연습해 봅시다!

Cảnh sát(경찰) : Alô, có chuyện gì không? 무엇이 필요하십니까?

Người qua đường(행인) : Alô, Ở đây là Quận 1 bây giờ có 2 người đang cãi nhau.
여보세요. 여기 한국인데요, 지금 두 명이 여기서 싸우고 있어요.

Cảnh sát : Thế à? Vì vấn đề gì thế? 그래요? 어떤 문제로 그러죠?

Người qua đường : Dạ em cũng không biết rõ. Anh đến đây nhanh lên nhé. 저도 잘 모르겠어요. 빨리 여기로 와 주세요.

Cảnh sát : Dạ chờ một chút nhé. 네, 잠시만 기다려 주세요.

1 다음 중 '무슨 문제입니까?'라는 의미로 알맞지 <u>않은</u> 것을 고르세요.

① Có chuyện gì không?　　　　② Vấn đề là cái gì?

③ Có việc gì không?　　　　　　④ Anh có khỏe không?

2 다음 중 말싸움, 몸싸움이 <u>아닌</u> 표현 두 개를 고르세요.

① Cãi nhau　　② Bị tai nạn　　③ Đánh nhau　　④ Vấn đề

3 다음을 알맞게 연결하세요.

① 사고나다 •　　　　　　　　　　• so sánh

② 해결하다 •　　　　　　　　　　• chú ý

③ 주의하다 •　　　　　　　　　　• bị tai nạn

④ 비교하다 •　　　　　　　　　　• giải quyết

4 다음 중 반대되는 의미로 짝지어진 것을 고르세요.

① thỏa thuận – hòa giải　　　② vấn đề - giải quyết

③ yêu cầu – so sánh　　　　　④ ly hôn – tai nạn

정답

1 ④　　　**2** ②, ④

3 ① bị tai nạn　② giải quyết　③ chú ý　④ so sánh

4 ②

업무

☐ chuyên môn	**Chuyên môn** của anh là gì? 당신의 **직무**(업무)는 무엇입니까?	직무
☐ bộ phận	**Em đang làm ở** bộ phận nào? 당신은 어느 **부서**에서 일하십니까?	부서
☐ bộ phận buôn bán nước ngoài	**Em đang làm việc ở** bộ phận buôn bán nước ngoài. 저는 **해외영업부**에서 근무합니다. 동 bộ phận kinh doanh thế giới	해외영업부
☐ bộ phận tiếp thị	**Em muốn vào** bộ phận tiếp thị ạ. 저는 **마케팅부**에서 근무하고 싶습니다.	마케팅부
☐ bộ phận kiểm toán viên	**Nếu làm việc ở** bộ phận kiểm toán viên **thì phải biết những cái gì ạ?** **감사팀**에서 근무한다면 어떤 것들을 알아야 합니까?	감사팀
☐ bộ phận kế toán	**Em là nhân viên ở** bộ phận kế toán **phải không?** 저는 **회계팀** 담당 직원입니다.	회계팀
☐ bộ phận buôn bán	**Em đã làm ở** bộ phận buôn bán **công ty nào?** 당신은 어느 회사 **영업팀**에서 근무했나요? 동 bộ phận kinh doanh	영업팀

☐ bộ phận phát triển	Nếu làm việc ở bộ phận phát triển thì chắc là rất mệt. **개발팀**에서 근무하면 아마 굉장히 힘들 거예요. 통 bộ phận khai thác	개발팀
☐ bộ phận giáo dục nhân sự	Chồng của tôi làm việc ở bộ phận giáo dục nhân sự. 저희 남편은 **인사교육부**에서 근무합니다.	인사교육부
☐ bộ phận quảng cáo	Sau khi tốt nghiệp tôi muốn làm việc ở bộ phận quảng cáo vì tôi rất quan tâm đến lĩnh vực quảng cáo. 졸업 후 저는 **광고부**에서 근무하고 싶습니다. 왜냐하면 저는 광고 쪽에 관심이 매우 많기 때문입니다.	광고부
☐ bộ phận hành chính	Bộ phận này là bộ phận hành chính. 이 부서는 **행정부**입니다.	행정부
☐ bộ phận thương mại	Ở bộ phận thương mại thường làm gì? **무역부**에서는 보통 무슨 일을 합니까? 통 bộ phận xuất nhập khẩu	무역부
☐ bộ phận nghiệp vụ	Em không muốn làm việc ở bộ phận nghiệp vụ. 저는 **업무부**에서 근무하고 싶지 않습니다.	업무부
☐ bộ phận sản xuất	Nếu làm việc ở bộ phận sản xuất thì phải làm việc trong nhà máy ở nông thôn. **생산부**에서 근무하려면 시골에 있는 공장에서 근무하셔야 합니다.	생산부

☐ công ty pháp nhân ✎	Công ty của mình là công ty pháp nhân. 저희 회사는 **법인회사**입니다.	법인회사
☐ chi nhánh	Chi nhánh ở đâu? **대리점**이 어디에 있습니까?	대리점
☐ văn phòng	Văn phòng này rất rộng. 이 **사무실**은 매우 넓습니다.	사무실
☐ sản phẩm	Sản phẩm này tốt cho sức khỏe. 이 **상품**은 건강에 좋습니다.	상품
☐ chất lượng	Sản phẩm đó kiểm tra chất lượng chưa? 그 상품 **품질** 검사했나요?	품질
☐ phụ tùng	Phụ tùng này phải không? 이 **부품**이 맞습니까?	부품
☐ nguyên phụ kiện	Nguyên phụ kiện này nhập từ đâu? 이 **원자재**를 어디에서 수입했나요?	원자재
☐ hàng hư	Cái này là hàng hư mà. 이것은 **불량품**이잖아요. 동 hàng hỏng	불량품
☐ hàng xuất khẩu	Đây là hàng xuất khẩu nên phải cẩn thận. 이것은 **수출품**이니 반드시 조심해 주세요.	수출품

☐ hàng tiêu dùng nội địa	Em đã kiểm tra hàng tiêu dùng nội địa chưa? **내수품**을 확인하셨나요?	내수품
☐ hàng tồn kho	Hàng tồn kho còn bao nhiêu cái? **재고품**은 몇 개 남았습니까?	재고품
☐ từng quí	Em phải báo cáo từng quí nhé. **분기**별로 보고하세요.	분기
☐ hàng hóa	Em chưa kiểm tra hàng hóa. 아직 **물품** 확인이 안 됐습니다.	물품
☐ bản kế hoạch	Em đã viết bản kế hoạch chưa? **계획서** 작성했습니까?	계획서
☐ báo cáo	Em sẽ báo cáo cho giám đốc ạ. 제가 사장님께 **보고하겠습니다.**	보고하다
☐ tuyển nhân viên	Công ty chúng tôi đang tuyển nhân viên có khả năng nói tiếng Việt. 저희 회사는 베트남어 가능자를 **채용**하고 있습니다.	직원 채용
☐ phỏng vấn	Sáng mai em có phỏng vấn. 내일 아침 **면접이 있습니다.**	면접 보다
☐ hồ sơ	Em đã nộp hồ sơ chưa? 당신은 **이력서**를 냈습니까?	이력서, 서류

☐ ghi chú

Em đã ghi chú chưa?

메모하셨습니까?

메모하다

☐ tiến vào

Những công ty Hàn Quốc đang tiến vào Việt Nam.

현재 한국 회사들은 베트남에 **진출해** 있습니다.

진출하다

추 가 어 휘

자기소개서	bản giới thiệu bản thân	이직하다	- chuyển công ty - đổi việc
이력서	hồ sơ xin việc	휴가	nghỉ phép
서류	tài liệu	계약하다	ký hợp đồng
경력	kinh nghiệm	결재하다/ 서명하다	ký (ký tên)
입사	vào công ty	업무	công việc
출근	đi làm	은행 업무	công việc ngân hàng
퇴근	tan sở / tan ca	야근하다	làm đêm
근무 시간	thời gian làm việc	출장 가다	đi công tác
비정규직	nhân viên chưa chính thức	승진하다	- lên chức - thăng chức
정규직	nhân viên chính thức	은퇴하다	nghỉ hưu
월급	lương	시말서	bản tường trình
채용하다	tuyển nhân viên		

베트남 현지 채용, 현지 채용 준비, 사업 혹은 한국에서 베트남 관련 업무를 준비하는 분들을 위한 단어를 정리하였습니다. 가장 기본이 되는 전공 업무부터 업무 진행 시 필요한 어휘까지 잘 알아 두면 베트남에서의 비즈니스가 어렵지 않을 것입니다.

일반적으로 '부서'라는 표현은 bộ phận을 사용합니다. 앞서 배운 전공(chuyên ngành)은 대학 전공을 일컫는 표현이며 직무(chuyên môn)의 경우 전공, 직무 모두 활용이 가능합니다. 부서명은 회사에 따라 달라질 수 있습니다. 예를 들어 해외 영업부의 경우 어떤 곳에서는 bộ phận buôn bán nước ngoài라고 하고 어떤 곳에서는 bộ phận kinh doanh nước ngoài로 표현하는 등 다양하게 사용됩니다.

또한 직원 채용, 면접, 이력서 등의 단어를 명확하게 알고 베트남 직원과의 면접, 채용을 준비하시면 더욱 좋겠죠?

> 실전 대화로
> 연습해 봅시다!

Thanh : Em đã chuẩn bị bản báo cáo cho giám đốc chưa?
   사장님께 드릴 보고서는 준비했어?

Lộc : Dạ em chuẩn bị rồi ạ.   네, 준비했습니다.

Thanh : Chắc chắn không? cuộc họp này rất quan trọng.
   확실히 했지? 이번 회의 정말 중요해.

Lộc : Dạ Em cũng biết rồi. Ngoài ra em cũng đã nói cho Loan ở bộ phận tiếp thị rồi ạ.
   네, 저도 알고 있습니다. 그 외에 마케팅 부서 로안 씨에게도 말해 놓았어요.

Thanh : Tốt quá rồi. Chúng ta đi báo cáo cho giám đốc nhé.
   좋아. 사장님께 보고 드리러 가자.

1 다음 중 부서 관련한 표현이 <u>아닌</u> 것을 고르세요.

① bộ phận sản xuất
② bộ phận tiếp thị
③ bộ phận giám đốc
④ bộ phận buôn bán

2 다음을 알맞게 연결하세요.

① 법인회사 •
② 대리점 •
③ 부서 •
④ 사무실 •

• công ty pháp nhân
• bộ phận
• chi nhánh
• văn phòng

3 다음 중 직원을 채용할 때 필요한 표현이 <u>아닌</u> 것을 고르세요.

① Tuyển nhân viên
② Nghe nhạc
③ Phỏng vấn
④ Hồ sơ xin việc

4 다음 빈칸에 알맞은 표현을 쓰세요.

① _____ này phải không? 이 부품이 맞습니까?

② _____ này rất rộng. 이 사무실은 매우 넓습니다.

③ Em đã viết _____ chưa? 계획서 작성했습니까?

④ Em đã nộp _____ chưa? 당신은 이력서를 냈습니까?

---

1 ③
2 ① công ty pháp nhân   ② bộ phận   ③ chi nhánh   ④ văn phòng
3 ②
4 ① phụ tùng   ② văn phòng   ③ bản kế hoạch   ④ hồ sơ xin việc

2 경제

☐ **(nền) kinh tế**	Dạo này kinh tế Việt Nam thế nào? 요즘 베트남 **경제**는 어때요? 참고 thị trường kinh tế 경제 시장	경제
☐ **thương mại**	Công ty của mình là công ty cổ phần thương mại pháp nhân đoàn thể. 저희 회사는 사단 법인 **무역** 회사입니다.	무역
☐ **nhập khẩu**	Hàng này nhập khẩu từ Việt Nam. 이 물건은 베트남으로부터 **수입해** 온 물건입니다.	수입하다
☐ **xuất khẩu**	Sản phẩm này, tôi muốn xuất khẩu sang Việt Nam. 이 상품을 베트남으로 **수출하고** 싶습니다.	수출하다
☐ **xuất nhập khẩu**	Sản phẩm này xuất nhập khẩu ở đâu? 이 상품들은 어디로 **수출입합니까?**	수출입하다
☐ **kinh doanh**	Tôi đang kinh doanh nhà hàng ở Việt Nam. 저는 베트남에서 식당을 **경영하고** 있습니다.	경영하다
☐ **đầu tư**	Dạo này nhiều tập đoàn Hàn Quốc đang đầu tư vào Việt Nam. 요즘 많은 한국 대기업들이 베트남에 **투자하고** 있습니다.	투자하다
☐ **tiền lương**	Ở Việt Nam tiền lương thấp nhất là bao nhiêu? 베트남에서 최저 **임금**은 얼마입니까?	임금

| lao động | Công ty của mình làm theo pháp luật lao động. | 노동 |
| | 저희 회사는 **노동** 법규를 준수합니다. | |

| chứng khoán | Tôi muốn đầu tư chứng khoán. | 증권 |
| | **증권** 투자를 하고 싶습니다. | |

| công đoàn lao động | Tôi gia nhập vào công đoàn lao động. | 노동조합 |
| | 저는 **노동조합**에 가입되어 있습니다. | |

| giảm xuống | Kinh tế dạo này giảm xuống. | 하락세 |
| | 요즘 경제가 **하락세**입니다. | |

| tăng lên | Công ty chúng tôi doanh số bán ra tăng lên rồi. | 상승세 |
| | 저희 회사 매출이 **상승**했습니다. | |

| cổ phần | Cổ phần của công ty đó đáng tin tưởng không? | 주식 |
| | 그 회사 **주식**은 믿을 만합니까? | |

| pháp nhân đầu tư | Công ty của chúng tôi là công ty pháp nhân đầu tư. | 투자 법인 |
| | 저희 회사는 **투자 법인** 회사입니다. | |

| tài chính | Tôi đang làm việc ở giới tài chính. | 금융 |
| | 저는 **금융**계에서 근무하고 있습니다. | |

khả năng tiềm năng	Việt Nam là một nước có nhiều tiềm năng. 베트남은 잠재적 **가능성**이 굉장히 큰 나라입니다.	잠재적 가능성
sức lao động	Sức lao động của Việt Nam vừa rẻ vừa chắc chắn. 베트남의 **노동력**은 저렴하면서도 의심할 여지가 없습니다.	노동력
tăng trưởng kinh tế	10 năm sau, Việt Nam sẽ tăng trưởng kinh tế nhiều hơn. 10년 뒤 베트남은 더 많이 경제 **성장**을 할 것입니다.	성장하다
tổng sản phẩm nội địa	Tổng sản phẩm nội địa của Việt Nam thế nào? 베트남의 GDP는 어떻게 됩니까?	GDP
đình công	Do thị trường kinh tế giảm, nên công ty đó đã đình công. 경제 시장의 하락세로 그 회사는 **파업하게** 되었습니다.	파업하다
mã số thuế	Đây là mã số thuế của công ty này. 이것이 이 회사의 **세금 영수증**입니다.	세금 번호
giấy phép đăng kí kinh doanh	Công ty này có giấy phép đăng kí kinh doanh không? 이 회사는 **사업자 등록증**이 있습니까?	사업자 등록증
phần trăm	1) Tiền thiệt hại bao nhiêu phần trăm? 손해액이 몇 **퍼센트** 정도입니까? 2) Một hai ba dô! Một trăm phần trăm. 하나 둘 셋 건배! **원샷**합니다!	퍼센트; 원샷

경제 단어 역시 비즈니스에서 필요한 단어가 많습니다. 무역, 수출입, 경영, 투자
등 비즈니스를 하는 분들에게는 필수적인 단어를 잘 알아 두기 바랍니다.
베트남에서 비즈니스를 할 때 또 한 가지 중요한 포인트가 명함(danh thiếp)이며,
세금영수증 번호를 정확히 알아야 레드빌(red bill)을 작성할 수 있습니다.

명함에서 볼 수 있는 필수 단어

- 명함 : danh thiếp
- CT : công ty(회사)의 약자
- ĐC : địa chỉ(주소)의 약자
- SĐT : số điện thoại(전화번호)의 약자
- MST : mã số thuế(세금 번호)의 약자

CÔNG TY TNHH TM DV XNK
ĐOÀN GIA

LÊ THỊ LOAN
KẾ TOÁN
0000.000.000

MST
0304835348

ĐC: N7 CX Tân Cảng ĐBP, P.25, Q.Bình Thạnh · ĐT : 08.35 000 000
Email:###### @gmail.com · Fax: (08) 35 00.000

실전 대화로
연습해 봅시다!

Cường : Công ty này là công ty xuất nhập khẩu phải không ạ?
이 회사가 수출입 회사 맞죠?

Tuấn : Đúng rồi. Công ty chúng tôi đã đầu tư vào Việt Nam.
맞아요. 우리 회사는 베트남에 투자했어요.

Cường : Thế à? Công ty mình cũng muốn làm như thế, mà không biết
phải làm như thế nào? 그래요? 우리 회사도 그렇게 하고 싶은데 어떻게
해야 할지 모르겠어요.

Tuấn : Lần đầu tiên, mình cũng không biết làm cái gì. Nhưng dạo này
kinh tế Việt Nam càng ngày càng phát triển nên mình đã đến
Việt Nam và thảo luận với luật sư, sau đó mình đã đầu tư.
처음에는 저도 어떻게 해야 하는지 몰랐어요. 그런데 요새 베트남이 나날이 발
전한다고 해서 베트남에 가 보고 변호사와 상의한 후 투자했어요.

Cường : Thế à? Tốt quá thế. Anh có thể giới thiệu luật sư đó cho mình
được không ạ? 그래요? 잘됐네요. 그 변호사를 소개해 줄 수 있을까요?

1 다음 중 연결이 바르지 <u>않은</u> 것을 고르세요.

① 무역 – thương mại ② 경제 – kinh tế

③ 투자하다 – vào ④ 투자법인 – pháp nhân đầu tư

2 레드빌을 끊을 때 가장 필요한 것을 고르세요.

① mã số thuế ② địa chỉ ③ số điện thoại ④ thương mại

3 다음 빈칸에 알맞은 표현을 쓰세요.

① Việt Nam là một nước có nhiều _____.

베트남은 잠재적 가능성이 굉장히 큰 나라입니다.

② 10 năm sau, Việt Nam sẽ _____ nhiều hơn.

10년 뒤 베트남은 더 많이 경제 성장을 할 것입니다.

③ _____ của Việt Nam thế nào?

베트남의 GDP는 어떻게 됩니까?

④ Công ty này có _____ không?

이 회사는 사업자 등록증이 있습니까?

4 다음을 알맞게 연결하세요.

① 주식　　　•　　　　　　• tiền lương

② 투자 법인 •　　　　　　• công đoàn lao động

③ 노동조합 •　　　　　　• pháp nhân đầu tư

④ 임금　　　•　　　　　　• cổ phần

정답

1 ③　　　**2** ①

3 ① tiềm năng　② tăng trưởng kinh tế　③ tổng sản phẩm nội địa
④ giấy phép đăng kí kinh doanh

4 ① cổ phần　② pháp nhân đầu tư　③ công đoàn lao động　④ tiền lương

☐ **kỹ thuật**

Năng lực kỹ thuật của Hàn Quốc rất tốt.
한국의 **기술**력은 우수합니다.

기술

☐ **kỹ sư**

Công ty chúng tôi cần kỹ sư Việt Nam.
우리 회사는 베트남 **기술자**가 필요합니다.

기술자

☐ **điện tử**

Cửa hàng điện tử nào lớn nhất ở Việt Nam?
베트남에서 가장 큰 **전자** 상점은 어디입니까?

전자

☐ **điện khí**

Ở đây có kỹ sư điện khí không?
여기에 **전기** 기술자가 있습니까?

전기

☐ **chức năng**

Chức năng của sản phẩm này thế nào?
이 제품의 **기능**은 어떠합니까?
통 kỹ năng

기능

☐ **nhân tạo**

Trí tuệ nhân tạo của rô-bốt này thế nào?
이 로봇의 **인공** 지능은 어떤가요?

인공

☐ **công nghiệp**

Khu vực này là khu công nghiệp.
이 지역은 **공업** 지대입니다.

산업, 공업

☐ **kỹ thuật cơ khí**

Công ty đó rất quan tâm đến kỹ thuật cơ khí.
그 회사는 **기계 공학**에 관심을 가지고 있습니다.

기계 공학

☐ **khoa học**

Khoa học càng ngày càng phát triển.
과학은 나날이 발전하고 있습니다.

과학

□ trang bị kỹ thuật	Em cần trang bị kỹ thuật nào? 당신은 어떤 **기술 장비**가 필요합니까?	기술 장비
□ ngành công nghiệp IT	Ngành công nghiệp IT của Hàn Quốc tốt nhất trên thế giới. 한국의 **IT 산업**은 세계에서 최고입니다.	IT 산업 분야
□ (giấy) chứng chỉ	Tôi muốn lấy chứng chỉ của cuộc thi đó. 저는 그 시험의 **자격증**을 획득하고 싶습니다.	자격증
□ thông tin	Em có biết thông tin gì về công ty đó không? 너는 그 회사의 **정보**를 알고 있니?	정보

한국에서 베트남에 점진적으로 많이 투자하고 있는 분야는 섬유, 제조, 기술, 전자, 전기 등이라고 합니다. 다른 영역에 비하여 기술적인 표현은 생소하기도 하고 어려울 수도 있지만 비즈니스를 준비한다면 꼭 알아 두어야 합니다.

실전 대화로
연습해 봅시다!

Anh Kim : Kỹ thuật Hàn Quốc rất nổi tiếng nên mọi người phải học chăm chỉ về kỹ thuật Hàn Quốc nhé.
한국 기술은 굉장히 유명하니까 모두들 한국 기술을 열심히 배우도록 해요.

Lộc : Dạ vâng. Máy cơ khí này có chức năng gì vậy ạ?
네, 알겠습니다. 이 기계는 무슨 기능이 있습니까?

Anh Kim : Có chức năng trí tuệ nhân tạo. 이것은 인공 지능이 있어.

Lộc : Thông minh quá nhỉ. 굉장히 똑똑하네요.

1 다음을 알맞게 연결하세요.

① 기술 •   • điện tử

② 전자 •   • điện khí

③ 전기 •   • kỹ thuật

④ 기능 •   • chức năng

2 다음 중 기술 분야와 상관 <u>없는</u> 단어를 고르세요.

① kỹ thuật   ② kỹ sư   ③ khoa học   ④ thời tiết

3 다음 중 옳게 짝지어진 것을 고르세요.

① điện khí – 인공   ② khoa học – 과학

③ kỹ năng – 기술   ④ thông tin – 통보

4 다음 빈칸에 알맞은 표현을 쓰세요.

① Tôi muốn lấy _____ của cuộc thi đó.
저는 그 시험의 자격증을 획득하고 싶습니다.

② Em có biết _____ gì về công ty đó không?
너는 그 회사의 정보들을 알고 있니?

③ _____ càng ngày càng phát triển.   과학은 나날이 발전하고 있습니다.

④ Năng lực _____ của Hàn Quốc rất tốt.   한국의 기술력은 우수합니다.

1 문법 표현

1. **Nếu … thì…** 만약에 ~하다면 ~하다

   Nếu tôi có nhiều thời gian thì tôi muốn đi du lịch ở Việt Nam.
   만약 내가 시간이 많다면 베트남으로 여행을 가고 싶다.

2. **Vì … nên …** 왜냐하면 ~하기 때문에 ~하다

   Vì tôi không đủ tiền nên không thể đi mua sắm nữa được.
   돈이 충분하지 않기 때문에 더 이상 쇼핑을 할 수 없다.

3. **Tuy … nhưng … (Mặc dù … nhưng …)** 비록 ~하지만 ~하다

   Anh ấy tuy nghèo nhưng hạnh phúc.
   그는 비록 가난하지만 행복합니다.

4. **Chỉ … thôi …** 오직(단지) ~할 뿐이다

   Chị ấy chỉ có một em gái thôi.
   그녀는 오직 한 명의 여동생만 있습니다.

5. **không những … mà còn …** A할 뿐만 아니라 B까지 하다

   Cô ấy không những rất đẹp mà còn rất thông minh.
   그녀는 예쁠 뿐만 아니라 총명하기까지 합니다.

6. **không phải … mà là …** A가 아니라 B이다

   Không phải cái này mà là cái kia.
   이것이 아니라 저것입니다.

7. **Càng … càng…** ~할수록 ~하다

   Cô ấy càng nhìn càng xinh.
   그녀는 보면 볼수록 아름답습니다.

8. **Nào … cũng … (… nào cũng …)** 어느 것이든 ~하다

   Người Hàn Quốc nào cũng thân thiện.
   한국 사람은 누구든 친절합니다.

9. **A thì … còn B thì…** A는 ~하고, B는 ~하다

   Diễn viên này thì đẹp trai còn diễn viên kia thì xấu.
   이 배우는 잘생겼고 저 배우는 못생겼습니다.

10.　Vừa … vừa … ~하면서 ~하다

Anh ấy vừa khó tính vừa xấu.
그는 까칠하고 못생겼습니다.

11.　Khi … thì … ~할 때 ~하다

Khi uống bia với bạn thì tôi luôn luôn nói rất nhiều.
저는 친구와 술을 마실 때면 항상 말이 많습니다.

12.　từ… đến… ~부터 ~까지

Từ Hàn Quốc đến Việt Nam mất khoảng 5 tiếng bằng máy bay.
한국에서부터 베트남까지 비행기로 약 5시간 정도 걸립니다.

2 의문사 & 대답

현재 의문형 : 주어 + có + 서술어 + không?

설명

한국어에서는 '질문: 예뻐요? / 대답 : 예뻐요.'처럼 억양으로 의문문과 평서문을 구분하지만 베트남어에서는 정확한 단어를 넣어서 의문문인지 아닌지를 구분합니다. 문장 맨 뒤에 '…không?'이 오는 형태는 한국어에서 '~해요?'처럼 일반적으로 질문할 때 사용되는 표현인데요. 이때, có라는 표현은 상황에 따라 생략이 가능합니다. 예를 들어 '당신은 …합니까?'라고 행동이나 행위를 질문할 때에는 có가 생략됩니다. 그렇지만 '당신은 …을 가지고 있습니까?'라는 표현의 '가지고 있다'라는 의미가 있을 때에는 có를 생략하지 않습니다.

예문

1)
- Em thích Việt Nam **không**? 너는 베트남을 좋아하니?
- Dạ vâng. Em thích Việt Nam. 네. 저는 베트남을 좋아합니다.
  Dạ không. Em không thích Việt Nam. 아니요. 저는 베트남을 좋아하지 않습니다.

2)
- Em **có** điện thoại thông minh **không**? 너는 스마트폰이 있니?
- Dạ có. Em có điện thoại thông minh. 네. 저는 스마트폰이 있습니다.
  Dạ không có. Em không có điện thoại thông minh. 아니요. 저는 스마트폰이 없습니다.

행위를 물어보는 의문형 : 주어 + đã + 서술어 + chưa?

설명

đã는 과거 시제의 표현입니다. 행위를 물어볼 때는 đã를 생략하고 뒤에 chưa만 써도 의미는 전달됩니다. 예를 들어 '~했어요?'와 같이 질문할 때 사용됩니다.

예문

- Em **đã** ăn cơm **chưa?** 밥을 먹었어요?
- Dạ rồi. Em **đã** ăn cơm rồi. 네. 저는 밥을 먹었어요.

  Dạ chưa. Em chưa ăn cơm. 아직이요. 저는 아직 밥을 안 먹었어요.

  Dạ không. Em không ăn cơm. 아니요. 저는 밥을 안 먹었어요.

언제 : khi nào / bao giờ / chừng nào

설명

khi nào, bao giờ, chừng nào 모두 '언제'를 의미하는 표현이며 chừng nào는 남부에서 더 많이 사용됩니다. 일반적으로 '언제'라는 단어가 앞에 나오면 미래 형태, 뒤에 나오면 과거 형태로 질문하게 됩니다.

예문

- (미래 형태) **Khi nào** em sẽ đi Việt Nam? 당신은 언제 베트남에 갑니까?
- Tháng sau em sẽ đi Việt Nam. 다음 달에 베트남에 갑니다.

- (과거 형태) Em đã đi Việt Nam **bao giờ?** 당신은 언제 베트남에 다녀왔습니까?
- Em đã đi Việt Nam vào tháng trước. 저는 지난달에 베트남에 다녀왔어요.

어디서 : đâu / ở đâu?

설명

đâu라는 표현은 정확히 '어디'라는 표현입니다. '어디 가십니까?'라는 질문을 할 때는 '가다'라는 đi를 넣어 'đi đâu?'라고 질문할 수 있습니다. ở는 '~에서' 혹은 '머무르다'라는 의미도 있습니다.

예문

- Em đi **đâu?** 당신은 어디 가십니까?
- Em đi làm việc. 저는 일하러 갑니다.

- Em đang học tiếng Việt **ở đâu?** 당신은 어디에서 베트남어를 공부합니까?
- Em đang học ở trung tâm ngoại ngữ Thành Phố Seoul.
  저는 서울시 외국어 센터에서 베트남어를 공부합니다.

어떻게 : nào?

설명

'어느'라는 표현은 묻고 싶은 명사 뒤에 넣어 주면 됩니다. '어떤, 어느' 전부 해석이 가능합니다. 만약 비교급, 최상급을 넣어서 예문을 만들면 '명사 + nào + 비교급, 최상급'을 넣으면 됩니다.

예문

- Em là người nước **nào**? 당신은 어느 나라 사람입니까?
- Em là người Hàn Quốc. 저는 한국 사람입니다.

- Em thích ca sĩ **nào** nhất? 당신은 어느 가수를 가장 좋아합니까?
- Em thích ca sĩ Hàn Quốc nhất, đặc biệt là BTS. 저는 한국 가수를 가장 좋아합니다. 특히 BTS요.

누구 : ai?

설명

'ai', 즉 '누구'라는 표현의 의문사는 다른 의문사와 달리 문장 끝, 앞 등 자유롭게 사용 가능합니다. 서술어가 무엇인지, 누구인지 물어볼 때는 뒤에 나오고 묻고자 하는 주어가 누구인지 물어볼 때는 앞에 나옵니다.

예문

- Vị này là **ai**? 이 사람은 누구입니까?
- Vị này là cô giáo. 이 사람은 (여)선생님 입니다.

- **Ai** là phạm nhân? 누가 범인입니까?
- Người đó là phạm nhân. 저 사람이 범인입니다.

- **Ai** thế(vậy)? 누구세요?
- Em là nhân viên ngân hàng. 저는 은행 직원입니다.

선택의문문 : hay

설명
정확하게는 '혹은'이라는 의미입니다. 베트남어에서 선택의문문은 정확한 의문 형태의 단어가 없더라도 hay라는 단어로 질문이 가능합니다.

예문
- Em thích học tiếng Việt **hay** học tiếng Trung Quốc?
  너는 베트남어 공부가 좋니? 아니면 중국어 공부가 좋니?
- Em thích học tiếng Việt. 저는 베트남어 공부가 좋습니다.

- Em muốn đi du lịch ở Việt Nam **hay** Thái Lan?
  너는 베트남에 여행을 가고 싶니? 아니면 태국에 가고 싶니?
- Em muốn đi du lịch ở Việt Nam. 저는 베트남으로 여행을 가고 싶습니다.

- Em 20 tuổi **hay** 21 tuổi? 너는 20살이니? 아니면 21살이니?
- Em 20 tuổi ạ. 저는 20살입니다.

얼마 동안 : bao lâu?

설명
기간을 물어볼 때 사용되는 표현입니다. 완료 형태일 경우 bao lâu 뒤에 완료 형태인 rồi를 붙여 줄 수 있습니다.

예문
- Em sẽ đi du lịch ở Việt Nam trong **bao lâu**? 당신은 베트남에서 얼마 동안 여행할 건가요?
- Em sẽ đi du lịch ở Việt Nam trong 5 ngày. 저는 베트남에서 5일 동안 여행할 거예요.

- Em học tiếng Việt được **bao lâu rồi**? 당신은 베트남어 공부한 지 얼마나 되었습니까?
- Em học tiếng Việt được 3 tháng rồi. 저는 베트남어 공부한 지 3개월 되었습니다.

3 접속사, 부사

그러고 나서	〈어순〉 A + sau đó + B sau đó
Tôi ăn cơm **sau đó** tôi sẽ đi học tiếng Việt. 저는 밥을 먹고 난 후 학교에 갈 거예요.	

~한 후에	〈어순〉 Sau khi + A + B B + sau khi + A
Sau khi học tiếng Việt, tôi sẽ đi du lịch ở Việt Nam. (= Tôi sẽ đi du lịch ở Việt Nam **sau khi** học tiếng Việt.) 베트남어 공부를 한 후 저는 베트남에 여행을 갈 거예요.	

앞서서, 전에	〈어순〉 Trước khi + A + B B + trước khi + A
Trước khi đi học, em phải làm bài tập về nhà. (= Em phải làm bài tập về nhà **trước khi** đi học.) 학교 가기 전에 반드시 숙제를 해야만 해요.	

예전에	trước đây
Trước đây em biết vấn đề đó mà bây giờ quên rồi. 예전에 그 문제에 대해서 알았는데 지금은 잊어버렸어요.	

나중에	sau này
Sau này em sẽ liên lạc lại nhé. 나중에 다시 연락할게요.	

~잖아요	... mà
Em đã nói rồi **mà**. 제가 말했잖아요.	

그 외에, ~밖에	ngoài ra
Em rất thích những món ăn Hàn Quốc như Kim-chi, Bul-go-gi vân vân **ngoài ra** cả Gal-bi nữa. 저는 김치, 불고기 등과 같은 한국 음식을 매우 좋아해요. 그 외에 갈비도요.	

그런데, 그러나, 하지만,	- nhưng - mà - nhưng mà
Học tiếng Việt khó **nhưng** hay. 베트남어는 어렵지만 재미있어요.	

그래서, 그러므로, 그렇기 때문에	vì thế 북 vì vậy 남
Nếu em học tiếng Việt chăm chỉ thì có thể nói chuyện với người Việt Nam, mà không thể được **vì vậy** hơi tiếc. 만약 내가 베트남어 공부를 열심히 했다면 베트남 사람과 이야기할 수 있었을 텐데 그렇게 못해서 다소 아쉬워.	

그러므로, 따라서	- cho nên - nên
Em đi công tác ở Việt Nam trong 3 tháng **cho nên** em phải học tiếng Việt chăm chỉ. 저는 베트남에 3개월 동안 출장을 가야 하기 때문에 (그래서) 베트남어 공부를 열심히 해야 합니다. Em là người Việt Nam **nên** em biết rõ về những địa điểm du lịch ở Việt Nam. 저는 베트남 사람이기 때문에 베트남의 여러 여행지를 잘 알고 있어요.	

그렇다면, 그러면, 그런 이유로	thế thì 북 vậy thì 남
Thế thì em muốn làm gì? 그러면 너는 무엇을 하고 싶은 건데?	

~처럼	như thế 북 như vậy 남
Nếu em mà **như thế** thì mình không chịu đựng được. 네가 만약 그렇게 한다면 나는 참지 않을 거야. Đúng **như vậy**. 바로 그거야!	

~와/과 같은	như
Em giống **như** mẹ. 저는 엄마와 매우 닮았어요. Em rất đẹp **như** công chúa. 너는 공주처럼 예쁘구나. Em làm **như** thế này nhé. 이렇게 일해 봐.	

~은/는, ~나	thì
Suy nghĩ của em **thì** không phải như thế. 제 생각은 그렇지 않은데요.	

~때	khi
Khi vui hay **khi** buồn, em cũng sẽ ở bên anh. 기쁠 때나 슬플 때나 당신 곁에 있을 거예요.	

A

Ả rập	20
ấm	141
ấm áp	80
âm nhạc	119
âm u	140
ăn	84
Ấn Độ	17
an toàn	51
ăn uống đầy đủ	72
anh	10
anh ấy	11
anh chị em	12
anh trai	13
áo	172
áo dài tay	172
áo khoác	173
áo khoác đông	173
áo lót nam	174
áo lót nữ	174
áo ngắn tay	172
áo sơ mi	172

B

ba	12
bà	10
bác	11
Bắc Bộ	162
Bắc Mỹ	21
bác sĩ	24

Bắc Triều Tiên	18
bạch tuộc	148
bạn	12
bán	62
bận	51
bản	51
bàn ăn	65
bàn chải đánh răng	64
ban đêm	104
bạn gái	14
bản giới thiệu bản thân	214
bản kế hoạch	213
bạn trai	14
bàn trang điểm	62
bản tường trình	214
băng keo	133
bánh gạo	180
bánh mì	180
bánh ngọt	180
báo cáo	213
bảo tàng nghệ thuật	34
bắp cải thảo	182
bát	65
bật	88
bất an	51
bắt buộc	95
bất hạnh	48
bắt máy	88
bất tiện	48
bảy	37
bay	94

bây giờ	102
bên cạnh	160
bên phải	161
bên trái	161
bệnh viện	30
béo	44
béo phì	71
bếp gas	66
bị bệnh	71
bị cảm	69
bị căng thẳng	71
bị chảy máu mũi	71
bị đánh	88
bị gãy	70
bị ho	70
bị lừa	206
bị mắng	88
bị ngã	70
bí ngô	189
bị phạt	90
bị phế truất	195
bị sốt	70
bị tai nạn	204
bị thương	70
bia	187
bida	112
biết	85
biểu quyết	195
biểu tượng	201
bình hoa	62
bố	12

bãi biển	152	cà phê sữa đá	189	cây tre	153
bố chồng	14	cà phê sữa nóng	189	cô	11
bộ đội	27	cà rốt	182	có	92
bộ phận	210	ca sĩ	24	cỏ	153
bộ phận buôn bán	210	cá sống	189	cổ	57
bộ phận buôn bán nước ngoài	210	cái bàn	62	có mang	70
bộ phận giáo dục nhân sự	211	cái ghế	62	cổ phần	218
		cái giường	63	cơ thể	56
bộ phận hành chính	211	cái gương	63	có tuyết	139
bộ phận kế toán	210	cái mũ	174	cốc	65
bộ phận kiểm toán viên	210	cãi nhau	204	cơm	179
		cải thiện	195	cơm rang	180
bộ phận nghiệp vụ	211	cái thước	132	cơm trộn	189
bộ phận phát triển	211	cái tivi	129	con bạch tuộc	148
bộ phận quảng cáo	211	cấm	198	cơn bão	140
bộ phận sản xuất	211	Campuchia	18	con bê	145
bộ phận thương mại	211	Canada	19	con bò	145
bộ phận tiếp thị	210	canh	179	con bò sữa	146
bộ phận xuất nhập khẩu	211	cảnh đêm	166	con bướm	147
		cánh đồng	153	con cá	147
bỏ phiếu bầu cử	195	cao	45	con cá sấu	148
bố vợ	14	cao ốc	61	con cá voi	148
bút bi	132	cấp cứu	73	con cáo	146
bút chì	132	cặp sách	132	con châu chấu	148
bút máy	132	cáp treo	159	con chim	149
bút tẩy	133	cát	153	con chim bồ câu	149
		cắt	97	con chim sẻ	149
C		cậu	11	con chó	145
cá	181	câu hỏi	93	con chó con	146
cà chua	183	cay	188	con chuột	146
cà phê	187	cây thông	152	con cừu	145

con đại bàng	149	con ruồi	147	cục tẩy	132
con dế	148	con sò	181	cười	91
con dê	145	con sói	146	cuối cùng	103
con ếch	147	con sông	152	cha	12
con gà	145	con sư tử	144	chả giò	189
con gà con	146	con thạch sùng	147	chậm	49
con gái	13	con thỏ	144	chán	85
con gái cả	13	con tôm	148	chân	58
con gái út	13	con trai	13	cháo	189
con gấu	144	con trai cả	13	chảo	66
con gián	147	con trai út	13	chất lượng	212
cơn gió	153	con trùng	144	cháu	11
con hà mã	145	con vẹt	149	Châu Á	21
cơn hạn hán	154	con vịt	146	Châu Âu	21
con hổ	144	con voi	144	Châu Phi	21
con hươu	144	công an	26	chạy	91
con hươu cao cổ	144	công đoàn lao động	218	chế độ	198
con khỉ	146	công nghiệp	222	chén	65
con kiến	147	công nhân	24	chênh lệch mùi giờ	168
con lợn	145	công ty	30	chết	90
con lươn	149	công ty du lịch	32	chị	10
con mèo	145	công ty pháp nhân	212	chị ấy	11
con mực	148	công việc	214	chị gái	13
con muỗi	147	công việc ngân hàng	214	chi nhánh	212
con ngựa	145	công viên	32	chìa khóa	66
con nhện	148	cũ	46	chia tay	95
con ốc	148	củ cải	182	chiếu	93
con ong	147	cua	181	chín	38
con rắn	146	cửa	61	chín trăm chín mươi	
con rồng	146	cửa hàng	31	chín	40
con rùa	147	cửa sổ	61	chính trị	194
				cho	89

chỗ	30
chợ	33
chơi	94
chọn	97
chồng	12
chóng mặt	69
chú	12
chức năng	222
chủ nghĩa cộng sản	201
chủ nghĩa dân chủ	201
chủ nghĩa tư bản	201
chủ nhật	108
chủ tịch	194
chú ý	205
chua	188
chùa	32
chưa có	93
chuẩn bị	92
chuẩn bị, sẵn sàng	92
chúc mừng	87
chửi	87
chung cư	205
chứng khoán	218
chúng ta	14
chúng tôi	14
chụp ảnh	111
chuyển công ty	214
chuyển giao thông	165
chuyên môn	210
chuyên ngành	120

D

dao	132
dạo này	102
dầu ăn	189
dầu gội đầu	64
dầu mỏ	154
dầu xả	64
dày	47
dễ	45
dễ chịu	140
dễ thương	49
dép lê	175
diễn viên	24
dọn dẹp	115
dữ	46
du lịch ba lô	167
du lịch quốc tế	165
du lịch tour	167
du lịch trong nước	165
du lịch tự do	167
dưới	160

Đ

đã	103
đa cảm	78
đặc sản	168
đặc sản nổi tiếng	168
dài	46
đại biểu quốc hội	194
Đài Loan	18

đại sứ quán	31
đậm	189
đang	103
đăng	188
đảng cộng sản	201
đáng ngờ	205
đáng yêu	50
đánh nhau	204
đánh piano	115
đất	154
đặt	87
đắt	47
đặt bàn	166
đặt khách sạn	165
đậu	183
đầu bếp	26
đau bụng	69
đau đầu	69
đau họng	70
đậu phụ	189
đấu tranh	194
đầu tư	217
đến	84
đèn bàn	130
đeo	87
đẹp	44
đi	84
đi bộ	91
đi công tác	214
đi dạo	111
đi du lịch	111

đi lái xe	111	đức	19	gia vị	185
đi làm	214	đúng	94	giải quyết	205
đi mua sắm	113	đứng	90	giải thích	86
đi thăm	93	đúng giá	171	giám đốc	24
đi thẳng	161	đường	186	giảm xuống	218
đĩa	65			giận	78
địa điểm	30	**E**		giảng	94
địa lý	118	ê răng	71	giảng viên	26
địa phương	168	em	10	giao lưu	195
điện khí	222	em ấy	11	giáo sư	26
điện thoại	130	em bé	12	giao thông	158
điện thoại di động	130	em gái	13	giao thông công cộng	
điện tử	222	em trai	13		158
đình công	219	eo	58	giáo viên	25
đồ kỷ niệm	168	ép	133	giàu	48
đồ leo núi	173			giày cao gót	175
đồ tập thể dục	173	**G**		giấy chứng chỉ	223
đồ trang sức	175	ga	33	giày dép	175
đồ uống	186	gà rán	189	giấy phép đăng kí kinh	
đọc	86	gần đây	107	doanh	219
đọc sách	111	gần gũi	50	giày thể thao	175
đồi	154	ganh ty	94	giày trong nhà	175
đồi cát	154	gạo	179	giấy vệ sinh	65
đôi đũa	65	gặp	85	giờ	106
đổi lại	176	già	50	gió thổi	139
đổi việc	214	giá cả	171	giỏi	47
đóng	88	gia đình	14	giới thiệu	86
đồng hồ	63	giá đỗ	182	giữ gìn	92
Đông Nam Á	21	giá trị	200	giữa	161
đóng vai	94	giá trị quan	199	gối	62
động vật	144			gọi	88
				gỏi cuốn	180

gội đầu	89
gửi	86
gừng	189

GH

ghế mát-xa	62
ghế so-fa	62
ghen tị	85
ghi chú	213

H

hai mươi	39
hai mươi lăm	39
hai nghìn không trăm mười	41
hâm mộ	97
Hàn Quốc	17
hán tự	119
hàng hư	212
hàng tiêu dùng nội địa	213
hàng tồn kho	213
hàng xuất khẩu	212
hành	182
hành chính	121
hành động	86
hanh khô	140
hành lý	167
hạnh phúc	48
hành tây	182
hát	86

hay	45, 80, 106
hệ thống	199
hẹp	47
hiền	80
hiện đại	200
hiện nay	102
hiệp định thương mại tự do	194
hiểu	85
hiểu lầm	96
hiệu sách	30
hiệu thuốc	33
hình ảnh	167
hộ chiếu	166
hồ sơ xin việc	214
hoa	153
hóa học	120
hoa hồng	153
hoa hướng dương	153
hoa quả	183
hoạt động tình nguyện	198
học	84
học luật	121
học ngoại ngữ	115
học sinh	25
hối hận	90
hôm kia	102
hôm nay	102
hôm qua	102
Hồng Kông	18
họp	91

hợp bút	132
hợp đựng bút	132
hướng dẫn viên	166

I

ỉa chảy	69
Inđônêsia	17
ít	49
ít khi	106
ít nói	80

K

kế toán	121
kem đánh răng	64
keo	133
kéo	133
kết thúc	96
kiểm tra sức khỏe	71
kiên nhẫn	78
kiến trúc học	121
kim từ điển	129
kinh doanh	217
kính mát	174
kính nghiệm	214
kinh tế	217
kính trọng	95, 199
ký (tên)	214
ký hợp đồng	214
kỹ sư	25
kỹ thuật	119

kỹ thuật cơ khí	222	khoa tiết niệu	74	lên chức	214
kỹ thuật máy tính học	122	khoai lang	183	lên xe	90
khả năng tiềm năng	219	khoai tây	183	lịch sử	118
khách hàng	171	khóc	91	lò vi sóng	131
khách sạn	32	khoẻ	44	lông	56
khái niệm	198	không	37	lông mày	56
khăn mặt	64	không có	92	lũ lụt	154
khăn quàng	174	không khí	140	luân lí học	121
khăn quàng mùa đông	174	khu vực	168	luật sư	25
khăn tắm	64	khung ảnh	62	lưng	58
khẩu trang	174	khuyến mại	171	lười	78
khen	92			luôn luôn	106
khi	107	**L**		lương	214
khí hậu	138	lạ	50	luyện tập	91
khó	44	lái xe	27	lý hôn	204
kho thịt	179	làm	96		
khó thở	71	làm đêm	214	**M**	
khó tiêu hóa	69	làm việc	86	má	12, 57
khó tính	79	lần đầu tiên	103	mã số thuế	219
khoa	120	làng	168	ma túy	198
khoa anh ngữ	122	lạnh lùng	78	mặc	86
khoa học	118, 222	lãnh sự quán	32	mắc cỡ	79
khoa học thương mại	120	lào	18	Malaysia	18
khoa kinh tế học	120	lao động	218	mặn	188
khoa mắt	74	lap top	129	màn hình	130
khoa ngữ văn	121	lâu	50	mang	87
khoa nhi	73	lẩu	179	mạng xã hội	114
khoa phụ sản	73	lấy	92	mất	90
khoa quốc tế học	122	lấy visa	166	mắt	56
		lễ hội	168	mát mẻ	139
		lên	92	màu bạc	126

màu cam 126
màu đậm 126
màu đen 125
màu đỏ 125
màu đọt chuối 126
màu hồng 125
màu nâu 126
màu nhạt 126
màu sắc 125
màu sáng 126
màu tím 125
màu tối 126
màu trắng 125
màu vàng 126
màu xám 125
màu xanh 125
màu xanh da trời 126
màu xanh lá cây 125
mây 154
máy ảnh 130
máy bay 159
máy cạo râu 64
máy ghi âm 130
máy hút bụi 129
máy in 130
máy lạnh 129
máy sấy tóc 129
máy vi tính 119, 129
mẹ 12
mẹ chồng 14
mẹ vợ 14

mền 62
mệt 48, 69
mệt mỏi 69
Mêxicô 20
mì chính 189
mì gói 180
mì xào bò 180
micrô 131
miền Bắc 162
miền Nam 162
miền Trung 162
miệng 57
mỉm cười 91
mình 10
mở 88
móc áo 62
mới 46, 102
môi 57
mỗi ngày 105
môi trường 200
món ăn 179
môn học 118
mỏng 47
mông 58
một 37
một lần 105
một nghìn chín trăm
bốn mươi lăm 41
một nghìn không trăm
linh(lẻ) một 40
một nghìn 40
một trăm 39

một trăm linh(lẻ) năm
40
một trăm linh(lẻ) một
39
một trăm mười lăm 40
một trăm năm mươi 40
một trăm năm mươi
mốt 40
một trăm nghìn 41
một trăm triệu 41
một triệu 41
mua 89
mùa 138
mùa đông 138
mùa du lịch 165
mùa hè 138
mùa khô 139
mùa mưa 139
mùa thu 138
mùa xuân 138
mục đích 200
mũi 56
mười 38
muối 186
mười ba 38
mười bảy 39
mười bốn 38
mười chín 39
mười hai 38
mười lăm 38
mười một 38
mười nghìn 41

mười sáu	38	nước	17	nghèo	48
mười tám	39	nước đá	187	nghỉ	91
mười triệu	41	nước dưỡng da	176	nghỉ hè	107
muộn	49	nước ép	186	nghỉ hưu	214
muốn	85	nước hoa	176	nghi ngờ	205
mỹ	18	nước mắm	186	nghỉ phép	214
mỹ phẩm	63	nước mía	189	ngò	182
mỹ thuật	119	nước ngọt	187	ngoại khoa	74
		nước nóng	187	ngoại ngữ	120

N

		nước tường	186	ngoan cố	80
		nuôi động vật	115	ngồi	90
năm	57, 105			ngon	49
nấm	183			ngôn ngữ	17
Nam Bộ	162	**NG**		ngón tay	58
năm mươi	39	Nga	19	ngọt	188
Nam Mỹ	21	ngại	79	ngủ	84
năm nay	105	ngắn	46	ngủ trưa	113
năm sau	105	ngân hàng	32	ngực	57
năm trước	104	ngăn kéo	63	người bán	171
nặng	49	ngành công nghiệp it		người giúp việc	25
nắng	140		223	người Hàn (Quốc)	21
năng động	80	ngay	103	người khuyết tật	200
nấu ăn	111	ngày	105	người làm chứng	206
nơi	30	ngày kia	102	người làm việc tự do	26
nồi cơm điện	131	ngày mai	102	người Việt (Nam)	20
nội khoa	73	ngày nghỉ	107	người yêu	14
nơi tham quan	165	nghe	85	nguy hiểm	51
nổi tiếng	171	nghe mấy	88	nguyên nhân	205
nội trợ	24	nghe máy	88	nguyên phụ kiện	212
nóng	139	nghề nghiệp	24		
nóng tính	81	nghe nhạc	111		
núi	152	nghệ sĩ	25		

NH

nhà	32
nhà bạn	34
nhà bếp	65
nhà cất riêng	61
nhà chính trị	194
nhà hàng	31
nhà hàng ngon	167
nha khoa	73
nhà kinh doanh	26
nhà liền kề	61
nhà máy	30
nhà thờ	30
nhà trẻ	31
nhà vệ sinh	64
nhầm	96
nhẫn	175
nhận	89
nhân dân	200
nhân tạo	222
nhân viên	24
nhân viên chính thức	214
nhân viên chưa chính thức	214
nhanh	49
nhập khẩu	217
nhập viện	95
nhập viện, vào viện	95
nhạt	188
nhật bản	17

nhảy	86
nhẹ	49
nhiệt tình	78
nhiều	49
nhiều chuyện	80
nhìn	84
nhỏ	46
nhớ	96
nhuộm tóc	114
nhút nhát	79

O

oi bức	140
ốm	44
ốm, gầy	44
ồn ào	50
ổn định	51
ôn tập	89
ông	10
ớtnăm trước	182

P

phải	95
phạm nhân	206
phản bội	206
phần trăm	219
Pháp	19
pháp nhân đầu tư	218
phát thanh báo chí học	121

phẫu thuật	70
phẫu thuật thẩm mỹ	72
phía Bắc	162
phía Đông	162
phía Bam	162
phía Tây	162
Philippine	18
phở	180
phô mai	188
phong bì	176
phong cảnh	166
phòng karaoke	34
phòng khách	61
phòng ngủ	61
phỏng vấn	213
phóng viên	25
photo copy	133
phụ tùng	212
phúc lợi	198
phương tiện giao thông	158
phút	106

Q

quả bơ	185
quả bưởi	185
quả cam	184
quả chanh	189
quả chanh leo	185
quả chôm chôm	185
quả chuối	183

quả đào	189	quyển sách	132	sáng	45
quả dâu	184			sảng khoái	140
quả dứa	184	**R**		sáng nay	102
quả dừa	184			sắp	103
quả dưa hấu	185	ra	93	sáu	37
quả dưa lê	185	ra viện	95	sau	161
quả dứa	184	rau	181	sẽ	103
quả măng cụt	189	râu	57	siêu thị	30
quả nhãn	184	rau thơm	189	sinh tố	186
quả nho	183	rau xào	179	sinh viên	25
quả ổi	189	rẻ	47	sợ	78
quả quýt	185	rẽ phải	161	sổ mũi	70
quả sầu riêng	184	rẽ trái	161	so sánh	205
quả táo	184	rèm cửa	63	sớm	47
quả thanh long	184	rét	139	son môi	176
quả xoài	184	rỗi	51	sơn móng tay	113
quần	172	rộng	47	sống	90
quần áo	172	rong biển	189	sữa	187
quần cụt	173	rửa	89	sửa chữa	176
quan hệ	199	rưỡi	106	sữa đậu	189
quần jean	173	rượu	187	sữa dưỡng da	176
quần lót	174			sức khỏe	72
quan niệm	198	**S**		sức lao động	219
quán rượu	33			súp lơ-xanh	189
quản trị kinh doanh	120	sạc pin điện thoại	130	sưu tập	113
quạt máy	129	sạch sẽ	51	suy nghĩ	84
quẹo lại	161	sai	94		
quốc gia	17	sấm chớp	141	**T**	
quốc ngữ	118	sấm sét	141		
quy mô	200	sân bay	33	tắc-xi	160
quyền bầu cử	195	sản phẩm	212	tai	57
		sản phẩm du lịch	167	tài chính	218

tài liệu	214	tiêu chảy	69	tủ lạnh	129
tai nghe	130	tiêu chuẩn	199	tủ sách	63
tài nguyên thiên nhiên	152	tìm	97	tự sát	89
tám	37	tìm nhà hàng ngon	113	tuần này	104
tắm	89	tìm trên mạng	113	tuần sau	104
tan sở	214	tính cách	77	tuần trước	104
tăng lên	218	tính cách ôn hòa	80	tức	77
tặng quà	96	tình cảm, tính tình	77	túi xách	176
tập thể dục	114	tớ	10	từng quí	213
tập vở	133	to	46	tương ớt	186
tất	173	tố cáo	204	tương ớt Hàn Quốc	185
tắt	88	tờ giấy a4	133	tuyển nhân viên	213
tất tay	174	to, lớn	46	tỷ giá hối đoái	168
tàu điện ngầm	158	tòa nhà	61		
tàu hỏa	159	toán	118	**TH**	
tàu thủy	159	tóc	56		
tay	57	tôi	10	thắc mắc	93
Tây Ban Nha	19	tối	45	thác nước	152
ten-nít	112	tỏi	183	thái lan	18
tiếc	77	tới	84	tham lam	79
tiệm ăn	32	tối mai	102	tham quan	165
tiền	172	tôm	148	thân phận	200
tiện lợi	48	tôn giáo	199	thân thiện	50
tiền lương	217	tôn trọng	95, 199	thận trọng	78
tiến vào	214	tổng sản phẩm nội địa	219	tháng	105
tiếng anh	20	tổng thống	26	thắng cảnh	166
tiếng anh	118	tốt	47	thăng chức	214
tiếng Hàn (Quốc)	20	tốt bụng	48	tháng này	104
tiếng Trung (Quốc)	20	tủ áo	63	tháng sau	104
tiếng Việt (Nam)	20	tự do	200	tháng trước	104
tiếp tân	27	tủ giày	66	thành công	96
				tháo	87

thấp	45	thứ bảy	108	trang phục	172
thật	50	thứ hai	107	trang phục công sở	173
thầy giáo	11	thứ năm	108	tranh luận	194
thể dục	119	thứ nhất	105	trật tự, quy luật	199
thể thao	111	thứ sáu	108	trẻ	50
thìa	65	thứ tư	108	trên	160
thìa	65	thú vị	45	triết học	118
thích	85	thức ăn nhanh	189	trở lại	94
thiên nhiên	152	thức dậy	88	trời	140
thiếu kiên nhẫn	78	thức khuya	90	trời mưa	139
thiếu ngủ	71	thực phẩm	179	trong	160
thỉnh thoảng	106	thùng rác	63	trứng	181
thịt	180	thuốc	72	trung đông	21
thịt bò	181	thuốc chống muỗi	73	trung học phổ thông	31
thịt gà	181	thuốc đau đầu	72	trung quốc	17
thịt lợn, thịt heo	181	thuộc địa	194	trung tâm thương mại	
Thổ Nhĩ Kỳ	19	thuốc dinh dưỡng	73		133
thỏa thuận	204	thuốc tiêu chảy	72	trung tâm triển lãm	34
thời gian	106	thuốc tiêu hóa	72	trung thực	79
thời gian làm việc	214	thuốc vitamin	73	trước	161
thời gian ngủ trưa	107	thường	106	trường đại học	31
thổi kèn, thổi gỗ	115	thương mại	217	trường hợp	205
thời tiết	138	Thụy Sỹ	19	trường tiểu học	31
thời trang	171			trường trung học	31
thời trang nhất	171				
thông báo	96	**TR**			
thông dịch viên	25	trà	187	**U**	
thông minh	81	trả lời	93	Úc	19
thông tin	119	trạm xe buýt	33	ủng hộ	195
thứ	107	trán	56	uống	84
thứ ba	108	trang bị kỹ thuật	223	uống rượu	113
		trang điểm	114		

V

vai	57
vấn đề	204
vận động viên	26
văn hóa	119
văn học	119
văn phòng	212
vào	93
vào công ty	214
váy	172
váy liền	173
về	94
vẽ	91
vẽ tranh	114
vị	188
vị trí	160
viên	72
viện bảo tàng	33
viết	85
viết dạ quang	133
Việt Nam	17
visa	166
visa nhập cảnh	166
vợ	12
vợ chồng	12
vội vàng	86
vòng cổ	176
vòng tay	175
vui vẻ	77
vui tính	79

X

xà bông	64
xã hội	118, 198
xà lách	182
xấu	44
xấu hổ	79
xảy ra	204
xe buýt	158
xe cảnh sát	159
xe cấp cứu	159
xe cứu hỏa	159
xe đạp	158
xe khách	160
xe máy	158
xe ô tô	158
xe tải	159
xem	84
xem phim	112
xem tivi	113
xích lô	160
xinh	44
xịt	87
xong, kết thúc	96
x-quang	71
xử lý	204
xuân hạ thu đông	138
xuất khẩu	217
xuất nhập khẩu	217
xuống	92

Y

Ý	20
y tá	24
yên tĩnh	51
yếu	44
yêu	95
yêu cầu	205

착! 붙는 베트남어 단어장

초판인쇄	2024년 7월 10일
초판발행	2024년 7월 15일
저자	김연진
편집	권이준, 김아영
펴낸이	엄태상
디자인	권진희, 이건화
표지 일러스트	eteecy
콘텐츠 제작	김선웅, 장형진
마케팅 본부	이승욱, 왕성석, 노원준, 조성민, 이선민
경영기획	조성근, 최성훈, 김다미, 최수진, 오희연
물류	정종진, 윤덕현, 신승진, 구윤주
펴낸곳	시사북스
주소	서울시 종로구 자하문로 300 시사빌딩
주문 및 교재 문의	1588-1582
팩스	0502-989-9592
홈페이지	http://www.sisabooks.com
이메일	book_etc@sisadream.com
등록일자	1977년 12월 24일
등록번호	제300-2014-92호

ISBN 978-89-402-9414-7 (13730)